மதுவந்தி
சிறுகதைகள்

ஜி.ஆர்.சுரேந்தர்நாத்

சிக்ஸ்த்சென்ஸ் பப்ளிகேஷன்ஸ்
10/2 (8/2) போலீஸ் குவார்ட்டர்ஸ் சாலை
(தியாகராயநகர் பேருந்து நிலையத்திற்கும் காவல் நிலையத்திற்கும் இடைப்பட்ட சாலை)
தியாகராயநகர், சென்னை – 600 017
Phone: 2434 2771, 6527965 Cell: 72000 50073
Sixthsense Publications 6 th sense_karthi
e-mail : sixthsensepub@yahoo.com
Website: sixthsensepublications.com

Publisher
K.S. Pugalendi
Managing Editor
P. Karthikeyan
Layout
M.Magesh

Title:
MADHUVANTHI
Author:
G.R. SURENDARNATH
Address:
Sixthsense Publications
10/2(8/2) Police Quarters Road,
(Between Thiyagaraya Nagar Bus Stop & Police Station)
Thiyagaraya Nagar, Chennai - 17
Phone: 2434 2771, 65279654
Cell: 72000 50073

Sixthsense Publications
6 th sense_karthi
e-mail : sixthsensepub@yahoo.com
Website: www. sixthsensepublications.com

Edition:
First : **DECEMBER, 2017**
Pages : 136
Price : 125

No part of this book may be reproduced or transmitted in any form without permission in writing from the author or publisher

நீங்கள் Smart Phone உபயோகிப்பவராக இருந்தால் QR Code Reader Application மூலம் இதை Scan செய்தால் நேரடியாக எமது இணையதளத்திற்கு சென்று மேலும் எங்கள் வெளியீடுகள் பற்றிய விவரங்களைப் பெறலாம்.

ISBN : 978-81-93366-96-7

தலைப்பு : **மதுவந்தி**
நூலாசிரியர் : ஜி.ஆர்.சுரேந்தர்நாத்
பக்கங்கள் : 136
விலை : ரூ.125
முதற்பதிப்பு : டிசம்பர், 2017

சிக்ஸ்த்சென்ஸ் பப்ளிகேஷன்ஸ்
10/2 (8/2) போலீஸ் குவார்ட்டர்ஸ் சாலை
(தியாகராயநகர் பேருந்து நிலையத்திற்கும் காவல் நிலையத்திற்கும் இடைப்பட்ட சாலை)
தியாகராயநகர், சென்னை – 600 017
தொலைபேசி : 24342771, 65279654.
கைபேசி: 72000 50073
மின்னஞ்சல்: sixthsensepub@yahoo.com

இந்தப் புத்தகத்திலுள்ள எந்த ஒரு பகுதியையும் பதிப்பாளர் மற்றும் எழுத்தாளர் அனுமதியை எழுத்து மூலம் பெறாமல் பதிப்பிக்கக் கூடாது.

அச்சு: கணபதி எண்டர்பிரைசஸ், சென்னை - 600 002.

முன்னுரை

சென்னையில் தற்போது மழைக்காலம். ஒரு மரத்தடியில் நிற்கும் அழகிய இளம்பெண் மழை நீரை உள்ளங்கையில் பிடித்து, அதில் ஒரு சிறு ஊதா நிறப் பூவை மிதக்கவிட்டபோது, தான் ஏன் அந்த ஊதாப்பூவாக பிறந்திருக்கக்கூடாது என்று இந்த முன்னுரையை எழுதும் எழுத்தாளர் வருத்தப்படுகிறார். மழையில் நனைந்தபடி செல்லும் இளம்பெண்களை கணவர்கள் உற்றுப் பார்ப்பதை பார்த்துவிடும் மனைவிகளின் கண்களில் தெரியும் நெருப்பில் நான்கு மதுரையை ஒரே நேரத்தில் எரித்துவிடலாம்.

ஒரு டிவிஎஸ் ஸ்கூட்டி பெண், வண்டியை நிறுத்திவிட்டு, ஒரு கடை வாசலில் நிற்க... அக்கடையைத் தாண்டிச் சென்ற அத்தனை ஆண்களும் வண்டியை அங்கேயே நிறுத்திவிட்டு, நெருக்கியடித்துக்கொண்டு அதே கடை வாசலில் நிற்கின்றனர். கோயிலில் புதுமணப்பெண் மழையில் நனைந்தபடி வெளியே வரும்போது, தனது கைவிரல்களை குடை போலாக்கி நெற்றியை மறைத்து, தன் குங்குமம் கரையாமல் பார்த்துக்கொள்கிறாள். இந்த நவம்பர் மழையை ரசித்தபடி நான் 6 காதல் கதைகளும் (அதில் 3 நகைச்சுவைக் கலந்த காதல் கதைகள்), 4 பிற கதைகளும் உள்ள இந்த சிறுகதைத் தொகுப்புக்கு முன்னுரை எழுதுகிறேன்.

எனது இளமைக்காலத்தின் மாபெரும் கதாநாயகன் எழுத்தாளர் பாலகுமாரனுக்கு இந்நூலை பணிவுடன் சமர்ப்பிக்கிறேன். இதை எழுதும் போது பாலகுமாரனின் 'மெர்க்குரி பூக்கள்' படித்துவிட்டு "அய்யோ..." என்று தவித்துப்போய் தூங்காமல் விழித்திருந்த இரவும், லெண்டிங் லைப்ரரியில் 'இரும்புக் குதிரைகள்' வாங்கிப் படித்துவிட்டு, காயத்ரியின் அற்புதமான உரையாடல் பக்கங்களை திருட்டுத்தனமாக கட் பண்ணி வைத்துக்கொண்டு புத்தகத்தை திருப்பி அளித்ததும், 'பந்தயப்புறா' படிக்கும்போது ஓரிடத்தில் மிகவும் நெகிழ்ந்துபோய் புத்தகத்தை மாரில் போட்டுக்கொண்டு, கண்கள் கலங்க அப்படியே படுத்திருந்ததும், "எப்படி இந்த மனுஷன் இவ்வளவு அட்டகாசமா எழுதுறாரு?" என்று அவரை பிரமிப்புடன் மனதிற்குள் வணங்கிய கணங்களும் நினைவில் வந்துபோகின்றன.

ஓவியர் இளையராஜா, தனது மகா அற்புதமான யதார்த்த பாணி ஓவியங்கள் மூலமாக புகழ்பெற்றவர். குறிப்பாக, பெண்கள்... கோயில் சார்ந்து அவர் வரைந்திருக்கும் ஓவியங்களை நாள் முழுவதும் பார்த்துக்கொண்டேயிருக்கலாம். ஓவியக் கல்லூரியில் படித்துவிட்டு வெளிவரும் ஓவியர்கள் நவீன ஓவியங்கள் மட்டுமே

வரைவார்கள் என்பதை தகர்த்து, தனது யதார்த்த ஓவியங்கள் மூலமாக, மேலும் பல ஓவியர்களை மீண்டும் யதார்த்த பாணி ஓவியங்களின் பக்கம் கவனத்தைத் திருப்பியது, அவரது மிகப்பெரிய வெற்றியாகும். அவருடைய "தாராசுரம் கோயிலுக்கு வரும் பெண்' ஓவியத்தை அட்டைப்படத்தில் பயன்படுத்திக்கொள்வதற்கு அனுமதி தந்தமைக்காக ஓவியர் இளையராஜாவிற்கு எனது மனம் கனிந்த நன்றியை தெரிவித்துக்கொள்கிறேன்.

நான் காதல் குறித்தும், பெண்களின் அழகைப் பற்றியும் எழுதும்போது பலரும் என்னிடம், "உங்கள் மனைவி இதையெல்லாம் படிக்கமாட்டார்களா?" என்று கேட்பார்கள். "அவங்க படிச்சா நான் எப்படிங்க தில்லாக இதையெல்லாம் எழுதமுடியும்?" என்பேன். கடந்தாண்டு சென்னை புத்தகக் கண்காட்சியில் ஒரு பத்திரிகை ஆசிரியரிடம் என் மனைவியை அறிமுகப்படுத்தியபோது, "நீங்கள் உங்கள் கணவரின் எழுத்துகளை படிப்பீர்களா?" என்று கேட்டார். அதற்கு என் மனைவி, "இவரு ஓவரா பெண்கள வர்ணிக்கிறது எனக்குப் பிடிக்காது. அதனால படிக்கமாட்டேன். நான் இவர் எழுத்த எல்லாம் படிக்க ஆரம்பிச்சன்னா, அப்புறம் இவர் எதுவுமே எழுதமுடியாம போய்விடும்." என்றபடி என்னை பார்க்க... நான் கைகளை பத்திரமாக என் முதுகுக்குப் பின் வைத்துக்கொண்டேன். எனவே எனது கதைகளை படிக்காமல் இருந்து, நான் பயப்படாமல் பெண்களை விதம் விதமாக வர்ணித்து எழுதுவதற்கு காரணமாக இருக்கும் என் மனைவிக்கு நன்றி சொல்லாமல் இந்த முன்னுரையை எழுதினால் நாளைக்கு நல்லசோறு கிடைக்காது.

மேலும் இத்தொகுப்பிலுள்ள எனது சிறுகதைகளை பிரசுரித்த ஆனந்தவிகடன், குமுதம், குங்குமம் மற்றும் குடும்பநாவல் இதழ்களின் ஆசிரியர்களுக்கும், இத்தொகுப்பை எப்போதும் போல சிறப்பாக கொண்டுவரும் சிக்ஸ்த்சென்ஸ் பதிப்பக உரிமையாளரும், எனது அன்புக்குரிய நண்பருமான திரு. புகழேந்தி அவர்களுக்கும், சிக்ஸ்த்சென்ஸ் பதிப்பக மேனேஜிங் எடிட்டர் புதுமாப்பிள்ளை கார்த்திகேயனுக்கும், எனது புத்தகங்களை ஊர் ஊராக கொண்டு சென்று சேர்ப்பிக்கும் சிக்ஸ்த்சென்ஸ் பதிப்பக நண்பர்கள் பாண்டியன் மற்றும் முருகனுக்கும் என் நன்றியை தெரிவித்துக்கொள்கிறேன்.

சிநேகத்துடன்...

ஜி.ஆர்.சுரேந்தர்நாத்
சென்னையை மழை அதிதீவிரமாக
காதலிக்கும் நவம்பர் மாதம் (3.11.2017).
மின் அஞ்சல் முகவரி: grsnath71@gmail.com
ஃபேஸ்புக்கில் தொடர்புகொள்ள: G.r.Surendarnath@facebook.com

ஜி.ஆர்.சுரேந்தர்நாத்

1971-ல் தஞ்சாவூரில் பிறந்த ஜி.ஆர்.சுரேந்தர்நாத், தற்போது பணி நிமித்தமாக சென்னைவாசி. சுற்றிலும் 3 மகளிர் கல்லூரிகள் இருந்தும், நல்ல பிள்ளையாக படித்து, திருச்சி செயின்ட் ஜோசப் கல்லூரியில் எம்.எஸ்ஸி., பட்டம் பெற்றுள்ளதாகக் கூறும் சுரேந்தர்நாத்தின் நூறுக்கும் மேற்பட்ட சிறுகதைகள் ஆனந்தவிகடன், குமுதம், கல்கி, குங்குமம் உள்ளிட்ட வார இதழ்களில் பிரசுரமாகியுள்ளன. மேலும் நூறுக்கும் மேற்பட்ட கட்டுரைகளும், 11 நாவல்களும் எழுதியுள்ளார்.

கடந்த 20 ஆண்டுகளுக்கும் மேலாக காதல் கதைகள் எழுதுவதில் தனக்கென தனி முத்திரையை பதித்துள்ள சுரேந்தர்நாத், சமீபகாலமாக நகைச்சுவையாக எழுதுவதில் கவனம் செலுத்தி வருகிறார். 'தி இந்து' தமிழ் நாளிதழில் 35 வாரங்கள் வெளிவந்த தனது, 'வேலையற்றவனின் டைரி' கட்டுரைத் தொடரில், இவர் எழுதிய நகைச்சுவைக் கட்டுரைகள் மூலமாக, கதைகள் படிக்கும் பழக்கமில்லாத ஒரு பெரும் வாசகர் பரப்பின் கவனத்தை ஈர்த்தார்.

கடந்த 2002 ஆம் ஆண்டு, ஆனந்த விகடன் ஓவியச் சிறுகதைப் போட்டியில் முதல் பரிசும், 2003 ஆம் ஆண்டு கல்கி, தினமலர்-வாரமலர், அமுதசுரபி ஆகிய இதழ்களின் சிறுகதைப் போட்டிகளில் இரண்டாம் பரிசும் பெற்றுள்ளார். சிக்ஸ்த்சென்ஸ் பதிப்பக வெளியீடாக இவரது ஏழு சிறுகதைத் தொகுப்புகளும், நான்கு குறுநாவல் தொகுப்புகளும், மூன்று கட்டுரைத் தொகுப்புகளும் மற்றும் 'தி இந்து' தமிழ் நாளிதழ் பதிப்பக வெளியீடாக 'வேலையற்றவனின் டைரி' கட்டுரைத் தொகுப்பும் வெளியாகியுள்ளன. பாரதிதாசன் பல்கலைகழக மாணவி ஒருவர், "ஜி.ஆர்.சுரேந்தர்நாத் கதைகளில் ஆண் பெண் உறவுகள்" என்ற தலைப்பில் முனைவர் பட்டத்திற்காக இவருடைய சிறுகதைகளை ஆய்வு செய்து வருகிறார்.

எழுத்தாளர் ஜி.ஆர்.சுரேந்தர்நாத்தின் பெற்றோர்: த.கோவிந்தராஜன், கோ.கௌசல்யாதேவி. மனைவி: எஸ்.சிந்துஜா. மகன்: ப்ரணவ் ரிஷி. சகோதரர்கள்: கோ.தினகரன், கோ.முரளிதரன்.

பதிப்புரை

எனது 15 ஆண்டு கால நண்பரும், எழுத்தாளருமான சுரேந்தர்நாத் அவ்வப்போது எனது அலுவலகத்துக்கு வருவார். அவர் இருக்கும் ஒரு மணி நேரமும் நகைச்சுவை கலந்து உரையாடுவார். அவருடைய பேச்சில் இருக்கும் நகைச்சுவை சமீபகாலமாக அவரது கதைகளிலும் மிகச் சிறப்பாக வெளிப்படுவதை மிகவும் மகிழ்ச்சியுடன் கவனித்து வருகிறேன். இத்தொகுப்பிலும் காதலுடனும், காதல் இல்லாமலும் 5 நகைச்சுவைக் கதைகள் உள்ளன. பல இடங்கள் வாய்விட்டு சிரிக்க வைக்கின்றன.

சுரேந்தர்நாத்தை தொடர்ந்து படிக்கும் வாசகர்களுக்கு அவருடைய காதல் கதைகள் குறித்து நான் சொல்லித் தெரியவேண்டியதில்லை. இந்நூலில் உள்ள 6 காதல் கதைகளிலும் இளைஞர்களின் காதல், நடுத்தர வயது காதல், முன்னாள் காதலி சந்திப்பு... என்று காதலின் அனைத்து விதங்களிலும் வழக்கம் போல் புகுந்து விளையாடியிருக்கிறார். சுரேந்தர்நாத்தின் காதல் கதைகளை படிக்கும்போது காதலிக்காதவர்களுக்கும் காதலிக்கத் தோன்றும். ஏற்கனவே காதலித்தவர்களையும் மறுபடியும் காதலிக்கத் தூண்டும். பலரையும் பழைய காதல் நினைவுகளை அசை போட வைக்கும்.

இத்தொகுப்பில் என்னை மிகவும் நெகிழ வைத்த கதை மதுவந்தி. அதனை படித்துவிட்டு ஏறத்தாழ அரை மணி நேரம் அக்கதை குறித்து அவருடன் தொலைபேசியில் பேசினேன். நான் கூறிய சிறு விமர்சனத்தை ஏற்றுக்கொண்டு இப்புத்தகத்தில் அந்தத் திருத்தத்தை மேற்கொண்டிருக்கிறார். விமர்சனங்களை திறந்த மனதுடன் அணுகி ஏற்றுக்கொள்ளும் அவருடைய மனப்பாங்கு, அவரை மேலும் உயரங்களுக்கு அழைத்துச்செல்லும்.

மற்றொரு கண் கலங்க வைத்த கதை, 'இரவில் ஊருக்கு வந்தவன்'. இக்கதையில் வரும் கதாநாயகன் சேது போல அப்பிரச்சினையை கடந்து வராத ஆண்கள் இந்த உலகத்தில் மிகவும் அரிது. மேலும் திரைப்பட உலக பின்னணியில் எழுதியிருக்கும் 2 கதைகளிலும், திரைப்பட உலகம் குறித்த நுணுக்கமான தகவல்களுடன், சினிமா உலகின் மறுப்பக்கத்தை அற்புதமாக வார்த்துள்ளார்.

எனக்கு மகிழ்ச்சியளித்த இந்தக் கதைகள் உங்களையும் மகிழ்விக்கும் என்ற நம்புகிறேன்.

அன்புடன்
கே. எஸ். புகழேந்தி
பதிப்பாளர்

நன்றியுடன்

என்னை
எழுத்தாளனாக்கிய
எழுத்துச் சித்தர்
பாலகுமாரனுக்கு...

உள்ளே...

மதுவந்தி
09

பாகுபலி 2
25

மிஸ்டு கால்
40

இரவில் ஊருக்கு வந்தவன்
49

மழை நிற்கும் பொழுதில்
65

6. AD 22122
71

வளையோசை கலகலகலவென...
85

விலை
100

சித்தாரா
109

ஆசை முகம் மறந்துபோகுமோ
121

1

மதுவந்தி

▼

கடவுள் ஒரு நாள் எழுந்தார். அழகின் கோடி துளிகளை ஒரு கோப்பையில் ஏந்தினார். உலகிலுள்ள அனைவர் மீதும் அந்தத் துளிகளைத் தெளிப்பதற்காக விண்ணில் பறந்தார். கோப்பை கைத்தவறி கடவுளின் கையிலிருந்து நழுவி விழ... அழகின் அத்தனைத் துளிகளும் ஷ்ரவந்தியின் கண்களில் விழுந்தது.

- இயக்குனர் ஜோ-வின் டைரியிலிருந்து

மாலையிலிருந்து ஆறாவது முறையாக, க்யூ நியூஸில் காண்பித்துக்கொண்டிருந்த எனது நேர்காணலை பார்த்துக்கொண்டிருந்தேன். டிவியில் அந்த இளைஞன் என்னிடம், "டைரக்டர் ஜோவோட பொற்காலம் முடிஞ்சுபோச்சுன்னு சொல்ற விமர்சனங்களப் பத்தி என்ன நினைக்கிறீங்க?" என்று கேட்கிறான். சுள்ளென்று வந்த கோபத்தை அடக்கிக்கொண்டு, "எப்படி முடிஞ்சுபோச்சுன்னு சொல்றீங்க?" என்கிறேன் நான்.

"கடைசியா வந்த மூணு படமும் ஃபெயிலியர். கிரிட்டிகலாவும் சரியில்லன்னு சொல்றாங்க..."

"நீங்க அடுத்த கேள்விக்கு போங்க" என்ற எனது முகத்தில் இறுக்கம்.

"இதுக்கு பதில் சொல்லி முடிச்சவுடனே, அடுத்த கேள்விக்குப் போறேன் சார்"

அவ்வளவுதான். அதற்கு மேல் என்னால் பொறுக்க முடியவில்லை. நான் ஆக்ரோஷத்துடன், "என்னோட பொற்காலம் முடிஞ்சுபோச்சுன்னு சொல்றதுக்கு நீ யாருடா? என்னோட 'மதுவந்தி' படம் பாத்துருக்கியா நீ? இருபது வருஷத்துக்கு முன்னாடி, இந்தியாவையே தமிழ்நாட்ட திரும்பிப் பாக்க வச்ச படம்டா அது"

“சார்… கேமிரா ஓடுது. கொஞ்சம் நாகரிகமா பேசுங்க” என்கிறான் அவன். நான், “நீங்க டிஆர்பிக்காக என்ன வேணும்ன்னாலும் கேப்பீங்க. நான் எதுக்கு நாகரிகமா பேசணும்?” என்றபடி எழுந்து, சட்டைக்குள் செருகியிருந்த மைக்கை எடுத்து வீசியெறிந்துவிட்டு, வேகமாக வெளியேறுகிறேன்.

திடீரென்று டிவி அணைய, நான் திரும்பிப் பார்த்தேன். கையில் ரிமோட்டுடன் என் மனைவி கவிதா, “இதையே ஏன் திருப்பி திருப்பி பாத்துகிட்டிருக்கீங்க?” என்றாள். இன்னும் அந்த உணர்ச்சிக்கொந்தளிப்பிலிருந்து வெளிவராத நான், எதிரேயிருந்த ஸ்காட்ச் விஸ்கி பாட்டிலை வேகமாக எடுத்து, அப்படியே விழுங்கினேன். கவிதா பாட்டிலை பிடுங்கியபடி, “போதுங்க… இன்னைக்கி ரொம்ப குடிச்சிட்டீங்க…” என்றாள். நான் பாட்டிலை விடாமல், “என்னை விடு கவிதா. இன்னைக்கி ராத்திரி ஃபுல்லா குடிச்சு, குடிச்சு சாகப்போறேன்” என்றேன்.

“பைத்தியம் மாதிரி பண்ணாதீங்க. ஏதோ சின்னப்பையன். தெரியாம கேட்டுட்டான்” என்றவளை உற்றுப் பார்த்தேன். சட்டென்று அவள் தோளைப் பிடித்து, “கவி… நீ சொல்லு. என் பொற்காலம் முடிஞ்சிடுச்சா?” என்று கேட்டவுடன் அவள் கண்கள் தடுமாறின. “அது எப்படிங்க முடியும்?” என்றாள் கண்களைத் தாழ்த்திக்கொண்டு.

“ஏய்… தலையக் குனியாத. என் கண்ணப் பாத்து சொல்லு”

“என்னங்க இது… வாங்க படுக்கலாம்”

“நோ… எனக்கு நெருங்கியவங்க யாராச்சும், உண்மைய மறைக்காம சொன்னாதான், நான் என்ன நிலைல இருக்கேன்னு தெரியும். சொல்லு… இனிமே நான் அவ்ளோதானா? என்கிட்ட சரக்கு தீந்துடுச்சா?”

கவிதா பதில் சொல்லாமல் தலையைக் குனிந்துகொண்டாள். அவள் முகத்தைப் பிடித்து நிமிர்த்திய நான். “சொல்லு…” என்றேன் உறுதியான குரலில். என் முகத்தை சில வினாடிகள் பார்த்த கவிதா, “உங்க கடைசி மூணு படமும் அவ்ளோவா நல்லால்லங்க. பழைய டச்சு போயிடுச்சு” என்று கூறி முடிப்பதற்குள் நான் அவள் கன்னத்தில் ஓங்கி அறைந்திருந்தேன். ஒரு கலைஞனிடம், “நீ படைப்புத்திறனை இழந்துவிட்டாய்” என்று கூறுவது, ஒரு ஆணிடம், ‘நீ ஆண்மையை இழந்துவிட்டாய்” என்று கூறுவதற்கு இணையான துயரம்.

கவிதா என்னை அதிர்ச்சியுடன் பார்க்க… நான், “அவ்ளோ சினிமா தெரிஞ்சிடுச்சா உனக்கு? 29 வயசுல ‘மதுவந்தி’ படத்துக்காக

பெஸ்ட் டைரக்டர்னு நேஷனல் அவார்டு வாங்கினவன்டி நான்" என்றேன். கன்னத்தைப் பிடித்தபடி சில வினாடிகள் என்னைப் பார்த்த கவிதா, கண்ணோரம் நீர் வழிய அறையிலிருந்து வெளியேறினாள். வேகமாக விஸ்கி பாட்டிலை எடுத்து மடமடவென்று குடித்தபோது, என் மொபைல் அடித்தது.

அதில் 'ஜெகன்' என்று ஒளிர்ந்த பெயரைப் பார்த்தவுடன், உள்ளுக்குள் சந்தோஷம். ஜெகன்தான் என் 'மதுவந்தி' படத்தின் கதாநாயகன். மொபைலை எடுத்து, "ஹலோ..." என்றேன்..

ஜெகன் "ஜோ.... எப்படியிருக்கீங்க? இப்பதான் நியூஸ்ல பாத்தோம். என்னாச்சு ஜோ?"

"ஜெகன்... இங்க நான் கொஞ்சம், கொஞ்சமா செத்துகிட்டிருக்கேன். இப்ப உன்னால உடனே என் வீட்டுக்கு வரமுடியுமா?"

"ஜோ... இப்ப நான் சென்னைல இல்ல. நானும், ஷ்ரவந்தியும் ஒரு மலையாளப் பட ஷூட்டிங்குக்காக கொச்சின் வந்துருக்கோம்." என்றவுடன், என் மனதில் வேகமாக ஒரு அலையடித்து ஓய்ந்தது. ஷ்ரவந்தி, என் 'மதுவந்தி' படத்தின் கதாநாயகி. மதுவந்தியில்தான் அவள் அறிமுகம். அறிமுகமான முதல் படத்திலேயே சிறந்த நடிகைக்கான தேசிய விருது பெற்றாள்.

"ஜோ... ஒரு கலைஞனுக்கு ஏற்றமும், சரிவும் சகஜம். டிவில ஏன் அவ்ளோ கோபமா பேசுனீங்க?"

"அந்தப் பையன் அப்பட்டமா உண்மைய உரிச்சு காட்டினப்ப, என்னால தாங்கிக்கமுடியல ஜெகன். நான் நாலு வருஷமா, மூணு படமா சரிஞ்சுகிட்டேயிருக்கேன். போன வாரம் என் புதுபடம் ரிலீஸானப்ப தியேட்டருக்கு போயிருந்தேன். படம் முடிஞ்சு, 'எ ஃபிலிம் பை ஜோ'ன்னு பேரு போட்டப்ப, ஒருத்தன் செருப்பை ஸ்கீரினப் பாத்து விட்டெறிஞ்சான். நான் அன்னைக்கே செத்துருக்கணும் ஜெகன்" என்றபோது எனக்குத் தொண்டை அடைத்துக்கொண்டது

"ஜோ... ரொம்ப டிப்ரஷ்டா இருக்கீங்க. பேசாம கொச்சின் புறப்பட்டு வாங்க. நம்ம 'மதுவந்தி' ஷூட்டிங் எடுத்த ஆலப்புழைக்குப் போய் சுத்திட்டு வருவோம். உங்களுக்கும் சேஞ்சா இருக்கும். ஒரு நிமிஷம்... ஷ்ரவந்தி பேசணும்ங்கிறாங்க" என்றவுடன் மீண்டும் உள்ளுக்குள் அலைகள்.

"ஜோ சார்..." என்ற ஷ்ரவந்தியின் குரலைக் கேட்டவுடன், மனசுக்குள் அப்படியே நொறுங்கிப்போய், "ஷ்ரவந்தி..." என்ற நான் அழ ஆரம்பித்துவிட்டேன்.

“சார்... என்ன இது?சின்னப்பையன் மாதிரி...”

“முடியல ஷ்ரவந்தி. ஒரு கலைஞனோட இறுதி காலங்கள், ரொம்ப துயரமானதுன்னு எனக்குத் தெரியும் ஷ்ரவந்தி. ஆனா எனக்கு நாப்பத்தெட்டு வயசுதான் ஆவுது. அதுக்குள்ள ஃபீல்ட் அவுட்ன்னா?”

“உங்கள யாரு ஃபீல்ட் அவுட்ன்னு சொன்னா?”

“போன வாரம் ரிலீஸான என் படம் கம்ப்ளீட் ஃபெய்லியர்.”

“நீங்க அதையே நினைச்சுட்டிருக்காதீங்க சார். முதல்ல அதுலருந்து வெளிய வாங்க...”

“எப்படி வெளிய வரமுடியும்? எங்க போனாலும் இந்த நினைவு என்னைத் துரத்திகிட்டேயிருக்கும்...”

“ஜோ சார்... நீங்க கொச்சின் வாங்க. நீங்களும், ஜெகனும், நானும் போகலாம்.”

“எங்க?”

“ஆலப்புழைக்கு. இருபது வருஷத்துக்கு முந்தைய அந்த ‘மதுவந்தி’ நாட்களுக்கு போவோம் சார். க்ளைமாக்ஸ்ல, மதுவந்தி கதறி, கதறி அழுதுட்டிருந்த அந்த காயல்கரை தென்னைமரத்தடிக்கு போலாம் சார். க்ளைமாக்ஸ் ஷாட் ஓகே ஆனவுடனே, என்னைக் கட்டிப்பிடிச்சு கண்ணு கலங்க பாராட்டீனீங்களே ஜோ சார். அந்த காயல் கரைக்கு போலாம் சார். அங்க நான் சாப்பிட்டுட்டு துப்பின நாவல்பழக் கொட்டைங்க, எங்கயாச்சும் மரமாகியிருக்கான்னு பாக்கலாம் ஜோ சார்” என்று கவிதை போல் ஷ்ரவந்தி பேச... பேச... மனசெல்லாம் லேசானது. “உங்களுக்கு ஷூட்டிங்...” என்று இழுத்தேன்.

“நாங்க என்ன ஹீரோ, ஹீரோயினாவா நடிக்கிறோம்? அண்ணன், அண்ணி ரோலு. முக்காவாசி நேரம் செட் ப்ராப்பர்ட்டி மாதிரி நின்னுகிட்டிருக்கோம். அதுல்லாம் பிரேக் எடுத்துக்கலாம். நாளைக்கு காலைல ஆறேகாலுக்கு ஒரு இன்டிகோ ஃப்ளைட் இருக்கு. அதுல கிளம்பினா ஒண்ணேகால் மணி நேரத்துல கொச்சின் வந்துடலாம். வந்து உங்க மதுவந்தியோட உலகத்துக்கு போவோம். ஃப்ளைட் டிக்கெட் இருக்கான்னு செக் பண்ணிட்டு நான் ஃபோன் பண்றேன்” என்று ஷ்ரவந்தி ஃபோனை வைத்தாள். இதயம் முழுவதும் நிரம்பி வழிந்த பரவசத்துடன் ஃபோனையே பார்த்துக்கொண்டிருந்தேன்.

சரியாக 22 ஆண்டுகளுக்கு முன்பு, நான் இரண்டு படங்கள் எடுத்து, ஒன்று ஃப்ளாப்பாகி, ஒன்று சுமாராகப் போய், இதற்கிடையே என் மாமா பெண்ணுடன் திருமணம் நிச்சயமாகி,

தடுமாறிக்கொண்டிருந்த காலகட்டம் அது. அப்போது விஜிபியில் எனது அடுத்த படத்துக்கான ஸ்டோரி டிஷ்கஸனில் இருந்தோம். வேகமாக அறைக்கதவை திறந்துகொண்டு உள்ளே நுழைந்த சர்மா, "சார்... புதுசா றெக்க முறைச்ச பச்சைக்கிளி மாதிரி ஒரு பொண்ணு. சினிமாவுக்கு சான்ஸ் கேட்டு வந்துருக்கு" என்றார்.

"யோவ்... இங்க ஏன்ய்யா அழைச்சுட்டு வந்த? இன்னும் கதை ஒன் லைன் கூடப் பிடிக்கல."

"நீங்க முதல்ல வந்து பாருங்க சார்... இவ்ளோ லேட்டா ஏன்ய்யா அழைச்சுட்டு வந்தன்னு கேப்பீங்க..." என்றவுடன் எழுந்து வெளியே ஹாலுக்கு வந்தேன். சோஃபாவில் ஏதோ ஆங்கில புத்தகம் படித்தபடி அமர்ந்திருந்த அந்தப் பெண் நிமிர... எனக்குள் ஏதோ நிகழ்வதை என்னால் துல்லியமாக உணரமுடிந்தது. அழகிய மாநிற முகம். முகத்தின் ஒவ்வொரு செல்லும், "நான் ஒரு அழகியின் முகத்தில் இருக்கிறேன்' என்று சத்தமாகச் சொன்னது. சின்ன அளவான உதடுகள். இதையெல்லாம் விட, அந்தக் கண்கள்தான் என்னை அசரடித்தது. உலகின் அனைத்து ரகசியங்களையும் ஒளித்துவைத்திருப்பது போன்ற, அப்படி ஒரு உணர்ச்சிப்பூர்வமான, மகாஒளி பொருந்திய அகன்ற கண்கள். அந்தக் கண்களால் பார்க்கப்படுவர்களின் பாவங்கள், உடனடியாக கழுவப்பட்டால் நான் ஆச்சர்யப்படமாட்டேன்.

எழுந்து வணக்கம் சொன்ன ஷ்ரவந்தியை பார்த்துக்கொண்டேயிருந்தேன். சர்மா, "இன்னைக்கே ஒரு ஸ்க்ரீன் டெஸ்ட் எடுத்துடுவோமா சார்?" என்றார். "தேவையே இல்ல" என்ற நான் ஷ்ரவந்தியின் கண்களையே பார்த்துக்கொண்டிருந்தேன். உண்மையில் மதுவந்தியின் கதை, அந்த வினாடியில் அவள் கண்களிலிருந்துதான் பிறந்தது. எப்போதும் பரவசத்துடன் ஒளிர்ந்துகொண்டிருக்கும் அழகிய கண்களுடைய ஒரு பெண். க்ளைமாக்ஸில் அவளுடைய கண்களில் ஒரு காவியத் துயரத்தை உருவாக்கவேண்டும். அந்தத் துயரத்தை எப்படி உருவாக்குவது?.

இரண்டு மாதத்தில் நான் மட்டுமே தனியாக அந்தக் கதையை உருவாக்கினேன். தமிழ்நாட்டைச் சேர்ந்த ஒரு நக்ஸலைட், கேரளாச் சென்று தலைமறைவாக தங்கியிருக்கும்போது, அங்கு சந்திக்கும் தமிழ் பேசத் தெரிந்த ஒரு மலையாளப் பெண்ணுடன் ஏற்படும் காதலைப் பற்றிய கதை. இறுதியில் அந்த நக்ஸலைட் போலீசாரால் சுட்டுக்கொல்லப்பட்டு, மதுவந்தி ஒரு மகா துயரத்துடன் நிற்பதுடன் கதை முடிவடையும்.

இரண்டு மாதங்கள் கழித்து, என் திருமணம் முடிந்து, படப்பிடிப்புக்குச் சென்றோம். படம் முழுவதும் கேரளாவின்

ஆலப்புழை மாவட்டத்தின் காயல்கரை கிராமங்களில் படமாக்கப்பட்டது. படப்பிடிப்பின் முதல் நாள். காயல் கரையோரம், மலையாளப் பெண்கள் அணிந்திருப்பது போன்ற கறுப்பு நிறச் சட்டை, வெள்ளைப் பாவாடையுடன், நெற்றியில் சந்தனத்துடன் ஷ்ரவந்தி வந்து நின்ற முதல் நொடியிலிருந்து நான் அவளைக் காதலிக்க ஆரம்பித்துவிட்டேன். இனிமேல் திருமணம்தான் செய்துகொள்ள முடியாது. ஆனால் காதலிக்கலாம் அல்லவா? அந்தப் படம் எடுத்த ஒவ்வொரு விநாடியும், ஒரு புனிதமான பரிசுத்தத்துடன் நான் ஷ்ரவந்தியைக் காதலித்தேன். அவளை ஒரு முறைக் கூட காமக்கண்ணோட்டத்துடன் எண்ணவோ, அணுகவோ தோன்றவேயில்லை. அவள் என்னைப் பார்த்த, சிரித்த, பேசிய ஒவ்வொரு முறையும் நான் புதிதாக பிறந்தேன். அவள் மீது எனக்கிருக்கும் காதலை ஒரு துளி கூட அவளிடம் காண்பித்துக்கொள்ளவே இல்லை. ஆனால் அந்த காதலின் மகத்தான ஆற்றலில்தான், அந்தப் படம் அவ்வளவு கவித்துவமாக வந்தது.

பின்னர், 'மதுவந்தி' திரைப்படம் வெளிவந்து நடந்ததெல்லாம், தமிழ் சினிமா வரலாற்றின் மகத்தான அத்தியாயங்களில் ஒன்று. தமிழ்நாடே மதுவந்தியை தலையில் தூக்கி வைத்துக்கொண்டு கொண்டாடியது. இரண்டு தீபாவளிகள் 17 தியேட்டர்களில் ஓடிய படம். இன்றுவரையிலும் அந்தச் சாதனை முறியடிக்கப்படவேயில்லை. தெலுங்கு, ஹிந்தி, கன்னடம்... என்று ரீமேக் செய்யப்பட்டு, வசூலில் பின்னியெடுத்த படம். தமிழ்நாட்டில் நான் சென்ற இடமெல்லாம், என்னை ஒரு நடிகன் போல் சூழ்ந்துகொண்டார்கள். அதன் பிறகு நான்கு ஆண்டுகளுக்கு முன்பு வரையிலும், நான் திரும்பிப் பார்க்கவேயில்லை. இதுவரையிலும் மொத்தம் 36 படங்கள். அதில் 80 சதவீதம் ஹிட். ஷ்ரவந்தி தமிழ், மலையாளம், தெலுங்கு என்று பத்து வருடங்களில் 120 படங்கள் நடித்தாள். பின்னர் மெல்ல ஓய்ந்து இப்போதும் அக்கா, அண்ணி ரோல்கள் என்று பிஸியாக இருக்கிறாள்.

போதை இறங்கியதும் கவிதாவின் நினைவு வந்தது. சை... எனது கையாலாகாத்தனத்திற்கு அவளை அடித்திருக்கிறேன். எழுந்து படுகையறைக்குள் சென்றேன். கவிதா தூங்காமல் மௌனமாக கண்ணீர் விட்டபடி படுத்திருந்தாள். அவளது தலையைக் கோதி, "ஸாரிம்மா..." என்று கூற, அவள் மெலிதாகப் புன்னகைத்தாள்.

கொச்சின் ஏர்போர்ட்டில் இறங்கியதிலிருந்து, எப்போது ஷ்ரவந்தியை பார்ப்போம் என்று பரபரப்பாக இருந்தது. விசிட்டர் பகுதியில் முதலில் ஜெகனைத்தான் பார்த்தேன். கையை உயர்த்தி ஆட்டிய ஜெகனுக்கு பின்னாலிருந்த ஷ்ரவந்தியைப் பார்த்தவுடன்

மனம் பொங்கி வழிந்தது. 'மதுவந்தி' படத்தில் ஷ்ரவந்தி வரும்போதெல்லாம் ஒலிக்கும் புல்லாங்குழல் இசை மனதிற்குள் ஒலித்தது. என்னைப் பார்த்தவுடன் அருகில் வந்தனர். நான் ஜெகனை அணைத்துவிட்டு, ஷ்ரவந்தியின் கையைப் பிடித்து குலுக்கியபோது, எப்போதும் அவளிடமிருந்து அடிக்கும் கால்வின் க்ளெய்ன் பர்ஃப்யூமின் மணம்.

"இன்னும் பர்ஃப்யூம மாத்தல."

"எஸ்... தி ஸேம் கால்வின் க்ளெய்ன் அன்ட் தி ஸேம் ஷ்ரவந்தி" என்ற ஷ்ரவந்தியின் முகத்தை உற்றுப் பார்த்தேன். அவளுக்கு இப்போது வயது நாற்பதைத் தாண்டியிருக்கும். இருப்பினும் முதல் பார்வையில் ஒருவன் கண்ணுக்குள் தேவதையாக விழுந்தவர்கள், எத்தனை வயதானாலும் தேவதையாகவே இருக்கிறார்கள். மஞ்சள் நிறத்தில் சல்வார் அணிந்திருந்தாள். நான் வழிபடும் அந்தக் கண்கள் எந்த சேதாரமும் இன்றி, உலகின் மொத்த இருட்டையும் விரட்டும் அளவுக்கு அதே தீட்சண்யத்துடன் ஒளிர்ந்தன. உதட்டில் லேசாக லிப்ஸ்ட்டிக்.

கார் பின்சீட்டில் அமர்ந்துகொண்ட நான், முன்னால் அமர்ந்திருந்த ஜெகனிடம், "இங்கருந்து ஆலப்புழா போக எவ்வளவு நேரமாகும்?" என்றேன். "ரெண்டு மணி நேரமாகும்" என்றான் ஜெகன். என்னருகில் உட்கார்ந்திருந்த ஷ்ரவந்தியைப் பார்த்து, "நம்ப ரெண்டு பேரும் எப்பக் கடைசியா பாத்தோம்னு ஞாபகமிருக்கா?" என்றேன்.

"அஞ்சு வருஷத்துக்கு முன்னாடி,,. மியூசிக் டைரக்டர் ஹேமந்த்குமார் மேரேஜ்ல பாத்தோம். ஆம் ஐ ரைட்?"

"ரைட்... ஹஸ்பென்ட் எப்படி இருக்காரு?"

"ஆஸ் யூஸ்வல் பிசினஸ்... நாடு, நாடா பறந்து பணம் எண்ணிகிட்டிருக்காரு. அவரு வீட்டுக்கு வர்றப்ப, அவரு லேப்டாப்ல சார்ஜ் இல்லாம இருந்தா, லைட்டா குடும்பம் நடத்துவோம்" என்றாள் சிரித்தபடி. நான் சத்தமாக சிரித்தேன். அப்போது என் மொபைலில் மெசேஜ் சத்தம் கேட்டது. நான் சட்டைப் பாக்கெட்டிலிருந்த கண்ணாடியை எடுத்து அணிய... ஷ்ரவந்தி, "ஜோ சார்... கண்ணாடில்லாம் போட ஆரம்பிச்சிட்டீங்க?" என்றாள்.

"ம்... கெட்டிங் ஓல்டர்"

"மீசைல்லாம் கூட நரைக்க ஆரம்பிச்சிடுச்சு"

"ஏய்... சத்தமா சொல்லாத" என்றேன். உடனே ஷ்ரவந்தி என் அருகில் நெருங்கி, அவளுக்கே உரிய குறும்புணர்வுடன் கிசுகிசுப்பாக,

"மீசைல்லாம் கூட நரைக்க ஆரம்பிச்சிடுச்சு" என்றாள். தொடர்ந்து அவள் கிசுகிசுப்பாக, "எனக்கும் காதோரம் லேசா நரைக்க ஆரம்பிச்சிடுச்சு. டை அடிச்சிருக்கேன்" என்றபோது அவள் கண்களில், ஒரு சிறுமியின் கண்களில் தெரிவது போன்ற ரகசிய உணர்வு. ஒரு வினாடிக்கு ஆயிரம் உணர்வுகளைக் காட்டு என்று சொன்னால், ஷ்ரவந்தியின் கண்கள் காட்டும்.

ஆலப்புழையிலிருந்து ஏழு கிலோமீட்டர் தள்ளியிருந்த கெஸ்ட் ஹவுசை நோக்கி படகில் சென்றுகொண்டிருந்தோம். மேலே கூரையெல்லாம் இல்லாத, சிறிய சாதாரண நேரோ கேனால் போட். ஷ்ரவந்திதான் அடம் பிடித்து, அந்தப் படகில்தான் போகவேண்டும் என்றாள்.

படகு நகர ஆரம்பித்ததும், சுற்றிலும் பார்த்தேன். காயல்கரையோர தென்னை மரங்கள், காற்றில் லேசாக ஆடிக்கொண்டிருந்தன. நீரலைகள் கட்டுச்சுவரில் மோதி ததும்புவதைக் காண அழகாக இருந்தது. யாரோ ஒருவர் தென்னை மரத்திலிருந்து தேங்காயைப் பறித்து நீரில் போட, ஒரு சிறுவன் நீந்தி நீந்தி அவற்றை எடுத்து, அருகிலிருந்த படகில் போட்டுக்கொண்டிருந்தான். எங்களைக் கடந்து சென்ற போட் ஹவுஸில் இருந்த வெள்ளைக்காரர்கள் ஒயின் க்ளாசுடன் எங்களைப் பார்த்து 'சியர்ஸ்' சொன்னார்கள்.

ஷ்ரவந்தி, "இங்க வந்தவுடனே, நான் மதுவந்தி நடிச்சப்ப இருந்த சின்னவயசுக்கு போய்ட்ட மாதிரி இருக்கு. நான் ஏன் இந்த சாதாரண போட் வேணும்ன்னு சொன்னேன் தெரியுமா? மதுவந்தியோட முதல் சீன் இந்த மாதிரி சாதாரண போட்லதான் ஆரம்பிக்கும்" என்றவுடன், என்னைப் போலவே என் மதுவந்தியை நேசிக்கும் ஷ்ரவந்தியை பிரியத்துடன் நோக்கினேன். ஒரு சிகரெட்டை எடுத்து பற்றவைத்தபடி, "மதுவந்தியோட முத ஸீன் என்னன்னு ஞாபகமிருக்கா ஜெகன்?" என்றேன். ஜெகன் தலைக்கு மேல் கும்பிடு போட்டான். நான் திரும்பி ஷ்ரவந்தியைப் பார்த்தேன்.

"மறக்கமுடியுமா சார்? இதே மாதிரி போட்ல, மதுவந்தி மஞ்சக்கலர் சட்டையும், வெள்ளைக் கலர் பாவாடையும் போட்டுகிட்டு, படகுக் கட்டைல குப்புறப் படுத்துகிட்டு, தலைய படகுக்கு வெளிய நீட்டி, காயல் தண்ணிய அள்ளி அள்ளி முகத்துல தெளிச்சுப்பா" என்ற ஷ்ரவந்தி, "மைகாட்... நானும் இப்ப மஞ்சக்கலர் ட்ரெஸ்தான் போட்டுருக்கேன்" என்றவுடன் எனக்கு உற்சாகமாகிவிட்டது.

"இப்ப அந்த ஃபர்ஷ்ட் ஸீன ப்ளே பண்ணப்போறேன்" என்று அவள் சட்டென்று அந்தப் படகின் பலகையில் குப்புறப் படுத்தாள். நான், "ஏய்... ட்ரெஸ் அழுக்காயிடும். வேண்டாம்" என்றேன்.

"வேணும்.... நான் மறுபடியும் மதுவந்தியா வாழ்றதுக்காகத்தான் இங்க வந்துருக்கேன்" என்றவள் சட்டென்று தலையை படகுக்கு வெளியே நீட்டி, இரண்டு கைகளாலும் காயல் நீரை அள்ளி முகத்தில் மீண்டும் மீண்டும் தெளித்துக்கொண்டாள். பின்னர் தலையை நிமிர்த்தி வானத்தைப் பார்த்து, "மழையே... நீ எங்கருக்க? சீக்கிரம் வந்து, என் மேல மட்டுமாச்சும் கொஞ்சோண்டு பெஞ்சுட்டு போ..." என்று கத்த... எனக்கு சிலிர்த்துப்போனது. படத்தின் முதல் வசனம் அது. இந்த வசனம் முடிந்தவுடன், படத்தில் அவள் மீது மட்டும் மழை பெய்ய ஆரம்பித்து, பிறகு காயல் முழுவதும் பெய்யும்.

எழுந்து என்னருகில் அமர்ந்து, "டைரக்டர் சார்... டயலாக்க கரெக்ட்டா சொன்னனா?" என்ற ஷ்ரவந்தியை உற்று பார்த்தேன். ஷ்ரவந்தியின் முகத்தில் அப்படி ஒரு பிரகாசம். முகத்தில் ஊற்றிக்கொண்ட தண்ணீரை அவள் துடைக்கவே இல்லை. காதோர முடியிலிருந்து நீர் வழிந்து, கன்னத்தைக் கடந்து, தாடையிலிருந்து மெதுவாக சொட்டியது.

"நான் இப்ப கொஞ்சம், கொஞ்சமா மதுவந்தியா மாறிகிட்டிருக்கேன் ஜோ சார்..."

"அப்ப நான் மதுவந்தி ஹீரோ மனோஜா மாறணுமா?" என்றான் ஜெகன்.

"ஆமாம். மாறி என்னைப் பிடிச்சு தலைக்கு மேல தூக்கணும்."

"நான் செத்தேன்."

அந்த கெஸ்ட்ஹவுஸ், ஒரு குறுகிய வாய்க்காலின் கரையிலிருந்து பத்தடித் தொலைவிற்குள் இருந்தது. அனைத்தும் கேரள பாணி ஓட்டு வீடு போல் கட்டப்பட்டிருந்த சூட்கள். எங்களுக்கும், ஷ்ரவந்திக்கும் தனித்தனியாக சூட் புக் செய்திருந்தோம். நாங்கள் குளித்து, உடை மாற்றி உடனே வெளியே கிளம்பிவிட்டோம். ஷ்ரவந்தி இளம்நீல நிறக் காட்டன் புடவைக் கட்டிக்கொண்டு, தலை முடியைப் பின்னாமல், காதோர முடிகளை இழுத்து முடிந்துவிட்டிருந்தாள்.

நான், "பக்கத்துலதான் அந்த 'இஷ்டம்' டயலாக் சீன் எடுத்த ஸ்பாட் இருக்கு. அங்க போவோம்" என்றேன். 'மௌனராகம்' படத்தின் "சந்திரமௌலி' டயலாக் சீன் போல,'மதுவந்தி' படத்தின் 'இஷ்டம்' டயலாக் சீனும் தமிழ்நாட்டில் மிகவும் பிரபலம்.

படகு மெள்ள நகர... கரையை ஒட்டியபடி, சிறிய அழகழகான வீடுகள். படகில் வந்த காய்கறி வியாபாரி, ஒரு வீட்டின் வாசலில்

நிறுத்தி, “பாம்... பாம்...” என்று ஹாரன் அடிக்க... நைட்டியுடன் வெளியே வந்த பெண், படகில் இருந்த காய்கறிகளைப் பொறுக்க ஆரம்பித்தாள். படகு ஒரு குறுகலான வாய்க்காலில் திரும்ப, ஒரு திருமண ஜோடி படகில் ஊர்வலமாகச் சென்றனர். சற்று தூரத்தில் தெரிந்த அந்த சிறு கோயிலைப் பார்த்தவுடன், “ஸ்டாப்... ஸ்டாப்... இங்கதான்” என்று கத்தினேன். கரையில் இறங்கி நடந்தபோது, எங்களுக்குள் என்னன்னவோ செய்தது. அந்த என்னன்னவோவை கலைக்க விரும்பாமல் அமைதியாக நடந்து சென்றோம்.

“காயல்லருந்து கோயிலுக்கு போற ஒத்தையடிப் பாதை இருக்கும். அங்கதான் அந்த ஸீன எடுத்தோம்” என்ற நான் அந்த ஒற்றையடிப் பாதையைத் தேடினேன். கோயிலுக்கு நேரே இன்னும் இருந்த அந்த ஒற்றையபடிப் பாதையைப் பார்த்தவுடன் எனக்குள் சந்தோஷம். அதை விட ஆச்சர்யம், கரையை நோக்கி, நன்கு வளைந்திருக்கும் அந்தத் தென்னை மரமும் இன்னும் இருந்தது. பழைய நினைவுகளின் பாரத்தை தாங்கமுடியாமல், பேண்ட் பாக்கெட்டில் இருந்த ஓட்கா பாட்டிலை எடுத்து குடிக்க ஆரம்பித்தேன். முழு பாட்டிலையும் குடித்து முடித்துவிட்டு பாட்டிலை நீரில் வீசியெறிய, அது ‘க்ளக்’ என்று நீரில் மூழ்கியது.

“நீங்க ரொம்ப குடிக்கிறீங்க ஜோ சார். போட்ல வர்றப்பயும் குடிச்சுகிட்டே வந்தீங்க” என்று ஷ்ரவந்தி கூற... நான் பதில் சொல்லவில்லை. இப்போது போதை நல்ல உச்சத்தில் இருக்க... நான், “ஷ்ரவந்தி... இப்ப நாம அந்த ‘இஷ்டம்’ சீன ஷூட் பண்ணுவோமா?” என்றேன். “ஜோ...” என்று சிரித்த ஜெகன், “யாராச்சும் பாத்தா பைத்தியக்காரங்கன்னு நினைப்பாங்க” என்றான். “யாருமில்ல. நான் கவனிச்சுட்டேன்” என்று சுற்றிலும் பார்த்தேன். ஒருவர் கூட இல்லை.

“உனக்கு டயலாக்ல்லாம் ஞாபகமிருக்கா?”

“தமிழ்நாட்டுல முப்பது வயசுக்கு மேல இருக்கிற எல்லா ஆளுங்களுக்கும் அந்த டயலாக் தெரியும். எனக்கு தெரியாதா?” என்றான் ஜெகன்.

“ஓகே... லெட்ஸ் ஸ்டார்ட்...” என்ற நான் கைவிரல்களை காமிரா போல் விரித்து கோணம் பார்த்தேன். “ஜெகன்... நீ அந்த தென்னைமர வளைவுல உக்காந்துக்கணும். ஷ்ரவந்தி நீ புல்லுல உட்கார்ந்து, ஜெகன் மடில உன் தாடையை வச்சுகிட்டு பேசணும்” என்றவுடன் அவர்கள் அவ்வாறே அமர்ந்தனர். நான், “ஆக்ஷன்”... என்றவுடன், ஷ்ரவந்தியின் முகத்தைப் பார்த்த ஜெகன் வெடித்துச் சிரித்து, “ஜோ... இந்த நாப்பது வயசு முகத்தைப் பாக்குறப்ப எனக்கு ரொமான்ஸே வரல” என்றான்.

"எனக்கு மட்டும் உங்க 50 வயசு முகத்தைப் பாத்து ரொமான்ஸ் வருமா?" என்றாள் ஷ்ரவந்தி சிணுங்கலுடன். "ப்ளீஸ்... பீ சீரியஸ்" என்று நான் கோபத்துடன் கத்தினேன். அவர்கள் ஒரு வினாடி என்னை ஆச்சர்யத்துடன் பார்த்து விட்டு, வசனத்தை பேச ஆரம்பித்தனர்.

ஜெகன், "மதுவந்தி.... காலைல ஆறு மணிக்கு எந்திரிச்சவுடனே என்ன நினைப்ப?" என்றான். "உன்னை நினைச்சுட்டிருப்பேன்" என்றாள் ஷ்ரவந்தி ஜெகனின் கண்களை பார்த்தபடி.

"ஆறு பத்துக்கு."

"உன்னை நினைச்சுட்டிருப்பேன். ஆறரை, ஏழரை, பத்தரை, ரெண்டு, எட்டு, ராத்திரி பத்துன்னு 24 மணி நேரமும் ஒரு செகன்ட் கூட விடாம உன்னைத்தான் நினைச்சுட்டிருப்பேன். என்னைக்காச்சும் ஒரு செகண்ட் நான் உன்னை நினைக்காம இருந்தன்னா, அப்ப நான் செத்துட்டன்னு அர்த்தம்."

ஷ்ரவந்தியை நெகிழ்ச்சியுடன் பார்த்த ஜெகன், "நான்னா அவ்வளவு இஷ்டமா?" என்றான்.

"வெறும் இஷ்டம் இல்ல. இஷ்டம்^{2}. உனக்கு?"

"இஷ்டம்^{3} "

"கட் இட்... டேக் ஓகே" என்றேன். மதுவந்தி படம் வெளி வந்த சமயத்தில், தமிழ்நாட்டில் காதல் கடிதம் எழுதுபவர்கள் எல்லாம், தங்கள் காதலை காதல்^{2}, லவ்^{3}, இஷ்டம்^{4} என்றுதான் தெரிவித்தார்கள்.

"மதுவந்தி படத்துல மட்டும், டயலாக்ல்லாம் எப்படி சார் அவ்ளோ ரொமான்ஸா இருந்துச்சு?" என்ற ஷ்ரவந்தியைப் பார்த்து மனதிற்குள், "ஒரு கலைஞன் காதலில் இருக்கும்போது, அவன் தனது படைப்பாற்றலின் உச்சத்தில் இருப்பான் ஷ்ரவந்தி" என்றேன். அடுத்து வந்த இரண்டு நாட்களும், மதுவந்தி படப்பிடிப்பு நடந்த பல்வேறு இடங்களுக்குச் சென்று, அந்தத் திரைப்படத்தைப் பற்றியே பேசிக்கொண்டிருந்தோம்.

இன்று நாங்கள் கிளம்பவேண்டிய நாள். இரவு நான் கொச்சினில் விமானம் ஏறவேண்டும். மதியம் நானும், ஜெகனும் தண்ணியடித்துவிட்டு தூங்கிவிட்டோம். நான் எழுந்தபோது மாலை மணி நான்கு. ஜெகன் அசந்து தூங்கிக்கொண்டிருந்தான். தலை கடுமையாக வலித்தது. எழுந்து ஒரு சிகரெட்டை பற்ற வைத்துக்கொண்டு வெளியே வந்தேன்.

வெளியே, வரவேற்பறை சோஃபாவில் அமர்ந்திருந்த ஷ்ரவந்தியைப் பார்த்தவுடன் அசந்துபோனேன். ஷ்ரவந்தி

குளித்துவிட்டு, மலையாளப் பெண்கள் போல் சந்தன நிறச் சேலையுடுத்திக்கொண்டு, தலையில் முல்லைப்பூவுடன், நூறு தேவதைகள் ஒரே உடலில் குடியேறியது போல் அவ்வளவு அழகாக அமர்ந்திருந்தாள். என்னைப் பார்த்தவுடன், "பக்கத்துல இருக்கிற பகவதி கோயிலுக்கு போறேன். நீங்களும் வர்றீங்களா?" என்றவுடன் மனம் பரபரத்தது. வந்து இரண்டு நாட்களில் இப்போதுதான் தனியாக செல்லப்போகிறோம். "இதோ... பத்து நிமிஷத்துல வந்துடுறேன்" என்ற நான் குளித்து முடித்துவிட்டு, வேட்டி, சட்டை அணிந்துகொண்டு வெளிய வந்தேன்.

காயல் கரையின் ஒற்றையடிப் பாதையில் மெதுவாக நடக்க ஆரம்பித்தோம். மழை பெய்யப்போவது போல் வானம் நன்கு இருட்டியிருந்தது. தென்னைமரங்கள் காற்றில் லேசாக சலசலத்துக்கொண்டிருந்தது. ஒரு வீட்டு வாசலில், காயல் நீரில் ஒரு பெண் துணி துவைத்துக்கொண்டிருக்க... அருகில் நான்கைந்து சிறுவர்கள் உற்சாகத்துடன் சத்தமிட்டுக் குளித்துக்கொண்டிருந்தனர்.

நான், "இந்தப் பசங்கள பாக்குறப்ப பொறாமையா இருக்கு ஷ்ரவந்தி. எவ்வளவு நிம்மதியான வாழ்க்கை. நான் சினிமாக்காரனா ஆயிருக்கக்கூடாது ஷ்ரவந்தி. சினிமால ஜெயிக்கிறது, இமயமலைல ஏர்ற மாதிரி. எப்படியோ கஷ்டப்பட்டு உச்சில ஏறிடுறோம். ஆனா ஏறின பிறகு அங்கருந்து இறங்கவேகூடாது. கடைசி வரைக்கும் ஜெயிச்சுகிட்டு அங்கயே இருக்கணும். இல்லன்னா உச்சில இருக்கிறப்பவே செத்துப்போயிடணும். இப்ப நான் மலை உச்சிலருந்து இறங்கிட்டிருக்கிறத தாங்கிக்கவே முடியல ஷ்ரவந்தி" என்றேன்.

"ஜோ சார். நீங்க மலைலருந்து இறங்கிட்டுதான் இருக்கீங்க. இன்னும் அடிவாரத்துக்கு வந்துடல. இப்பக்கூட நீங்க நினைச்சா மறுபடியும் திரும்பி மலை ஏறமுடியும்."

"எனக்கு நம்பிக்கை போயிடுச்சு. ஹார்வீங்கிறவரு 'ஏஜ் அன்ட் அச்சீவ்மென்ட்'ன்னு ஒரு புக்கு எழுதியிருக்காரு. அதுல கவிஞர்கள் 26-31 வயசுலயும், நாவலாசிரியர்கள் 40-44 வயசுலயும், ஃபிலிம் டைரக்டர்ஸ் 35-39 வயசுலயும் ரொம்ப க்ரியேட்டிவிட்டியோட இருக்கிறதா சொல்றாரு"

"அது தப்பு. எனக்கு ரொம்பப் பிடிச்ச 'சாகர சங்கமம்(சலங்கை ஒலி)' படம் எடுத்தப்ப கே.விஸ்வநாத்தோட வயசு 53. பாலச்சந்தரோட பெஸ்ட் ஃப்லிம்ஸ்ல ஒண்ணான 'சிந்துபைரவி' எடுத்தப்ப பாலச்சந்தரோட வயசு 56. கல்கி அவரோட மாஸ்டர்பீஸான 'பொன்னியின் செல்வன்' எழுதினப்ப அவரு வயசு 50க்கு மேல. சயன்ட்டிஸ்ட் சொல்றத எல்லாம் கேட்டா, பைத்தியம் பிடிச்சுடும்,

ஒரு நாள் காபி குடிக்கிறது உடம்புக்கு நல்லதும்பாங்க. மறுநாள் இன்னொருத்தன் கெட்டதும்பான்..."

"அப்புறம் ஏன் மறுபடியும் மறுபடியும் தோக்குறேன்?" என்றவுடன் என்னை உற்றுப் பார்த்த ஷ்ரவந்தி, "தமிழ்நாட்டுல இன்னைக்கி ரோட்சைட் டீக்கடைல, ஒரு டீ எவ்ளோன்னு தெரியுமா?" என்றாள்.

"தெரில. என்ன... ஒரு அஞ்சு ரூபா இருக்குமா?"

"இல்ல. எட்டு ரூபாய். அதான் நம்ப சினிமாக்காரங்க பண்ற தப்பு. கொஞ்சம் வளர்ந்தவுடனே ஒளிவட்டம் வந்துடுது. யாரும் அணுகமுடியாத ஒரு உச்சில போய் உக்காந்துக்கிறோம். சமகாலத்துல என்ன நடந்துட்டிருக்குன்னு நமக்கு தெரியறதே இல்ல. நம்ம எது செஞ்சாலும்,"அண்ணன்... சூப்பர்'ங்கிறவனத்தான் கூட வச்சிருக்கோம்"

"சரி... நான் இப்ப என்ன பண்றது?"

"இந்த மாதிரி நிறைய பயணம் போங்க. நிறைய புது மனிதர்களோட பழகுங்க" என்றபோது கோயில் வந்திருந்தது. கோயில் வாசலில் ஒரு நடுத்தர வயது நபர் ஷ்ரவந்தியைப் பார்த்துவிட்டு, "மேடம்... நீங்க நடிகை ஷ்ரவந்திதானே. நான் உங்களோட பெரிய ஃபேன்" என்றவர் என்னைப் பார்த்து, "சாரு ஹஸ்பென்டோ?" என்றார். இதைக் கேட்டவுடன், எனக்குக் காற்றில் பறப்பது போல் இருந்தது. "இல்லங்க" என்று ஷ்ரவந்தி அவசரமாக மறுக்க... அவர், "ஸாரி" சொல்லிவிட்டுச் சென்றார். இருந்தாலும் எனக்குள் அது அடிநாக்கு தேன் போல் இனித்துக்கொண்டேயிருந்தது.

கோயிலிலிருந்து சந்தனத்தை நெற்றியில் வைத்தபடி வெளியே வந்தோம். "சந்தனத்த எப்படி வச்சுருக்கீங்க?" என்ற ஷ்ரவந்தி, இயல்பாக என் நெற்றி சந்தனத்தை சரி செய்தபோது, நான் இன்னும், இன்னும் பறக்க ஆரம்பித்தேன்.

"ஷ்ரவந்தி... இப்படியே கொஞ்ச தூரம் நடந்துபோனா, மதுவந்தியோட க்ளைமாக்ஸ் ஷூட் பண்ண மூங்கில்பாலக் கரை வந்துடும். போலாமா?" என்றேன். "ஷ்யூர்..." என்ற ஷ்ரவந்தி உற்சாகத்துடன் நடக்க ஆரம்பித்தாள். சிறிது தூரத்தில், அந்த மூங்கில்பாலக் கரை வந்தபோது, வானம் நன்கு இருட்டிவிட்டது. 'மதுவந்தி' க்ளைமாக்ஸில், கதாநாயகனின் உடலை போலீஸ் படகில் ஏற்றிக்கொண்டு செல்வார்கள். அப்போது மதுவந்தி அழுதுகொண்டிருந்த கரையில் இப்போது நின்றபோது, மனசுக்குள் ஏதேதோ செய்தது. ஷ்ரவந்திக்கு 'சிறந்த நடிகை' விருது வாங்கித் தந்த நடிப்பு அது. ஷ்ரவந்தியின் முகத்திலும் அந்தத் தவிப்பு தெரிந்தது.

எந்நேரத்திலும் மழை பெய்யலாம் போல இருந்தது. எதிரே படகு ஸ்டாப்பில், அரசு படகு நின்று பயணிகளை ஏற்றிக்கொண்டுச் சென்ற பிறகு, அங்கு ஒரு ஜீவனும் இல்லை. இப்போது லேசாக தூற ஆரம்பித்தது. காயலின் மேல் சென்ற மூங்கில் பாலத்தில், ஒரு முதிய பெண்மணி மட்டும் குடையை விரித்தபடி நடந்துகொண்டிருந்தாள். இருவரும் ஒன்றும் பேசாமல் தூறலில் நனைந்தபடி காயலையே பார்த்துக்கொண்டிருந்தோம். காயல் நீரில் பட் பட் பட் என்று மழைத்துளிகள் விழுவதைக் காண அற்புதமாக இருந்தது. மழை வலுக்க... "ஜோ சார்... மழை பெருசாகுது. இங்க ஒதுங்கக் கூட இடமில்ல" என்றாள்.

"அந்தமூங்கில்பாலத்துக்குகீழ, ஒருபடகுகட்டிப்போட்டுருக்காங்க பாரு. அங்க போயிடலாம்" என்று நான் வேகமாக நடந்தேன். இருவரும் படிக்கட்டு நீரில் இறங்கி, மூங்கில் பாலத்துக்கு கீழே கட்டப்பட்டிருந்த அந்த படகில் அமரவும், மழை நன்கு வலுக்கவும் சரியாக இருந்தது. படகு லேசாக நீரில் ஆடிக்கொண்டிருக்க... பாலத்தின் இருபக்கத்திலிருந்தும் மழைநீர் எங்கள் மேல் சாரலாகத் தெளித்தது. சட்டென்று தலையை பாலத்துக்கு வெளியே நீட்டி, முகத்தில் நீரை வாங்கிய ஷ்ரவந்தி, திரும்பி என்னைப் பார்த்து, "தேங்க்யூ சார். எனக்கு ஒரு பெரிய படத்தைக் கொடுத்தீங்க. பெரிய வாழ்க்கைய கொடுத்தீங்க" என்றாள்.

"நான்தான் உனக்குத் தேங்க்ஸ் சொல்லணும் ஷ்ரவந்தி. உன்னப் பாக்கறதுக்கு முன்னாடி வரைக்கும், எந்தக் கதையும் என் மனசுல இல்ல. உன் கண்ணப் பாத்தவுடனே தோணுன கதை அது..." என்றபடி எழுந்து நின்றுகொண்டேன். ஷ்ரவந்தியும் எழுந்து, "அப்படியா?" என்று என்னை ஆழமாக பார்க்க... தவித்துப்போன நான், "ஏய்... அப்படி பாக்காத" என்று தலையைக் குனிந்துகொண்டேன்.

"ஏன் பாக்கக்கூடாது?" என்ற ஷ்ரவந்தி முழங்காலை லேசாக மடக்கி, லேசாக குனிந்து, கீழேயிருந்து தன் அழகிய கண்களை உயர்த்தி என்னைப் பார்த்தபடி, காதில் ஜிமிக்கிகள் அசைந்தாட, மீண்டும் "ஏன் பாக்கக்கூடாது?" என்று கேட்க... என்னால் தாங்கிக்கொள்ள முடியவில்லை. மதுவந்தி படப்பிடிப்பு நடந்த அத்தனை நாட்களிலும், பிறகு எத்தனையோ முறை ஷ்ரவந்தியைப் பார்த்தபோதும், அவளிடம் எனது காதலைச் சொல்லவேண்டும் என்று தோன்றியதே இல்லை. ஆனால் ஒரு தோற்றுப்போனக் கலைஞனாக உலவிக்கொண்டிருக்கும் இந்தத் தருணத்தில், எனது காதலைச் சொல்லிவிடவேண்டும் போலத் தோன்றியது.

தனது கண்களை கொஞ்சம் கூட இமைக்காமல், "ஏன் பாத்தா என்ன?" என்று ஷ்ரவந்தி கேட்டதுதான் தாமதம். சட்டென்று

உணர்ச்சி வசப்பட்ட நான், "ஷ்ரவந்தி... உனக்கு ஒண்ணு தெரியுமா? நான் அப்ப உன்னை லவ் பண்ணிட்டிருந்தேன்" என்று தடாலடியாக கூறிவிட்டேன். அப்போது ஷ்ரவந்தியின் கண்களில் ஏற்பட்ட உணர்ச்சிக்கு, என்ன பெயர் வைப்பது என்றே எனக்குத் தெரியவில்லை. அப்படியே என்னைப் பார்த்தபடி நிமிர்ந்து நின்றாள்.

"அப்ப ஒவ்வொரு நிமிஷமும், ஒவ்வொரு செகண்டும், உன்னை இடைவிடாம லவ் பண்ணிகிட்டேயிருந்தேன். இங்க ஷூட்டிங் நடந்த அந்த 110 நாளும், இன்னும் என் மனசுல அப்படியே பத்திரமா இருக்கு ஷ்ரவந்தி. அதுல ஒரு நாளக் கூட என்னால கிழிச்சு தூக்கிப்போட முடியல. ஒவ்வொரு நாளும் நீ போட்டிருந்த ட்ரெஸ், திடீர்னு உன் தலைக்கு மேலருந்து தேங்காய் விழுந்தவுடனே நீ பயந்து போய் ஓடினது, நீ காயல்ல வாழைமட்டைல மிதந்துகிட்டு எதிர்கரைக்குப் போனது, நீ சாப்பிட்டது, சிரிச்சது, ஷூட்டிங் பிரேக்ல தூங்கினது... அத்தனையும் இன்னும் இந்த நெஞ்சுக்குள்ளேயே இருக்கு. அநேகமா ஒரு வார்த்தை கூட தன் காதலச் சொல்லாமலேயே, என் அளவுக்கு ஒரு பொண்ண நேசிச்சவன் உலகத்துலயே இருக்கமாட்டான் ஷ்ரவந்தி" என்று உணர்ச்சிகரமாகப் பேசிமுடித்துவிட்டு வேகமாக ஒரு சிகரெட்டை எடுத்துப் பற்றவைக்க முயற்சித்தேன். சிகரெட்டைப் பற்ற வைக்க முடியாமல் கைகள் நடுங்கியது.

ஷ்ரவந்தி லைட்டரை வாங்கி என் சிகரெட்டைப் பற்றவைக்க... நான் திரும்பி வேகமாக புகையை விட்டேன். நான் திரும்பிய திசைக்கு வந்து நின்றுகொண்ட ஷ்ரவந்தி, என் கண்களை உற்றுப் பார்த்தபடி, "நீங்க என்னைக் காதலிச்சுகிட்டிருந்தது எனக்கு தெரியும் ஜோ சார்..." என்றபோது நான் ஆச்சர்யத்துடன் ஷ்ரவந்தியைப் பார்த்தேன். மழைத்துளிகள் சாரலாக அவள் முகத்தில் விழுந்துகொண்டிருந்தன.

"உங்க இதயத்துக்குள்ள மறைச்சு வச்சுக்க முடிஞ்ச காதல, உங்க கண்ணால மறைக்கமுடியல ஜோ சார். ஒவ்வொரு நாளும் நான் ஷூட்டிங் ஸ்பாட் வந்தவுடனே, உங்க கண்ணுல தெரிஞ்ச அந்த மலர்ச்சிய, அதுக்குப் பிறகு இன்னைய வரைக்கும், நான் வேற யாரு கண்ணுலயும் பாத்ததே இல்ல ஜோ சார்...." என்று குரலில் பிரியத்துடன் ஷ்ரவந்தி சொல்ல... நான், "ஷ்ரவந்தி..." என்று அவளை நெருங்கினேன்.

"இன்னொண்ணு உங்களுக்குத் தெரியுமா சார்?"

"என்ன?"

மழைநீர் துளிகள் முகத்தில் வழிய, என்னை சில வினாடிகள் உற்றுப் பார்த்த ஷ்ரவந்தி, "அப்ப நானும் உங்கள லவ்

பண்ணிகிட்டிருந்தேன் ஜோ சார்" என்று தனது மகா அற்புதமான கண்களில் காதல் வழிய கூறியபோது, நான் ஆடிப்போய்விட்டேன். சந்தோஷத்தில் என் கால்கள் மெலிதாக நடுங்கின. "கடவுளே..." என்று சிகரெட்டை நீரில் வீசியெறிந்தேன். தொடர்ந்து ஷ்ரவந்தி, "ஒவ்வொரு காதல் காட்சியும், அவ்வளவு நுணுக்கமான ரசனையோட எடுக்கப்பட்ட ஒரு படத்த அதுக்குப் பிறகு நான் பாக்கவே இல்ல. அந்தப் படத்துல ஒர்க் பண்ணிட்டிருந்த நாட்கள்ல உங்க கண்ணுல ஒரு காதலும், கலையும் கலந்த வெறியைப் பாக்க முடிஞ்சது, அந்தக் காதலும், கலையும்தான் என்னை உங்கள காதலிக்க வச்சது. ஆனா உங்களுக்கு கல்யாணமாயிருந்தது. என்ன பண்ணமுடியும்?" என்று பேச்சை நிறுத்தினாள். என் நெஞ்செல்லாம் சந்தோஷம் ததும்பி வழிய, "ஷ்ரவந்தி" என்று அவள் தோளைப் பிடித்தேன்.

"ஸ்டில் ஐ லவ் யூ ஃப்ரம் தி பாட்டம் ஆஃப் மை ஹார்ட்..." என்ற ஷ்ரவந்தியை அப்படியே இழுத்து அணைத்துக்கொண்டேன். என்னை அறியாமல் என் கண்களிலிருந்து வழிந்த கண்ணீர், ஷ்ரவந்தியின் பின்கழுத்து மழைநீரில் கலந்தது. இருவரும் பேசாமல் அப்படியே கட்டிப்பிடித்தபடி நீண்ட நேரம் நின்றுகொண்டிருந்தோம். எவ்வளவு நேரம் நின்றோம் என்றே எங்களுக்குத் தெரியவில்லை. சாரல் துளிகள் விடாமல் முதுகில் அடித்துக்கொண்டேயிருந்தன.

என் தோள் மீது சாய்ந்திருந்த ஷ்ரவந்தி தன் தலையை என் நெஞ்சுக்கு கொண்டுவந்து, நிமிர்ந்து என்னைப் பார்த்து, "நாம கிளம்பலாம் ஜோ சார். ஆனா இந்தக் காதல் கதை இப்ப, இந்த படகோட முடிஞ்சுடட்டும். இதுக்கு மேலப் போனா, ரெண்டு பேரும் ரொம்ப கஷ்டப்படுவோம். நிறைய நஷ்டப்படுவோம். ஆனாலும் என் காதல ஏன் சொன்னன்னா, உங்கள்ட்ட சொல்லாம இருந்தது, இந்த வாழ்க்கைய ஏதோ குறையோடவே வாழ்ந்துட்டிருக்கிற மாதிரி இருந்துச்சு. இப்ப அது சரியாயிடுச்சு" என்றபடி என்னிடமிருந்து விலகினாள்.

"எனக்கு இது போதும் ஷ்ரவந்தி. இப்ப அப்படியே புதுசா பிறந்த மாதிரி ஆயிடுச்சு. மறுபடியும் 18, 20 வயசுக்குள்ள போன மாதிரி இருக்கு.. உடம்புக்குள்ள ஒரு புது எனர்ஜி ஊறுது. மதுவந்தி பார்ட் 2 எடுக்கலாம்ன்னு பாக்குறேன்" என்றேன் உற்சாகத்துடன்.

"நீங்க மறுபடியும் மலைல ஏற ஆரம்பிச்சுட்டீங்க ஜோ சார்"

"நீதான் என் கையப் பிடிச்சு, மறுபடியும் மலைல ஏத்திவிட்டிருக்க" என்ற என்னை, உலகிலுள்ள அனைத்துக் காதலர்களின் நேசத்தையும் தன் கண்களில் ஏந்தியபடி பார்த்தாள் ஷ்ரவந்தி.

ஆனந்த விகடன்
14.6.2017

பாகுபலி 2

▼

அந்த வீட்டு வாசல் அருகேயிருந்த வேப்பமரத்தடியில், காரை நிறுத்தினேன். நான் காரிலிருந்து இறங்கியவுடன், எனது கிளிப்பச்சை நிற சில்க் சட்டையை இழுத்துவிட்டுக்கொண்டேன். வேட்டியை இறுக்கிக் கட்டியபடி கார்க் கண்ணாடியில் முகத்தைப் பார்த்தேன். கால்வாசி வளர்ந்து, பின்னர் தனது வளர்ச்சியை நிறுத்தியிருந்த மீசையை ஒரு முறை தடவிவிட்டுக்கொண்டேன். கழுத்தில் மாட்டியிருந்த செயினிலிருந்த புலிநக(?) டாலரை எடுத்து வெளியே விட்டுக்கொண்டு, புரோக்கரிடம், "எப்படி இருக்கேன்?" என்றேன்.

"உங்களுக்கு என்னண்ணன்... அப்படியே 'வின்னர்' வடிவேலு மாதிரியே இருக்கீங்க."

"இந்தப் பொண்ணுக்காச்சும் என்னைப் பிடிக்குமாய்யா?"

"அதெல்லாம் பிரச்னை இல்லண்ணன்... உங்க தியேட்டர்ல பலான படம் ஓட்டறதுதான் பிரச்னை, அதனாலதான் உங்களுக்கு பொண்ணு கொடுக்கமாட்டேங்கறாங்க."

"அதுக்குதான பொண்ணுப் பாக்க, நூத்தம்பது கிலோ மீட்டர் தள்ளி வந்துருக்கோம்" என்றபடி பின்சீட்டிலிருந்து என் சித்தப்பா இறங்கினார். அவரைத் தொடர்ந்து, எப்போதும் என்னுடன் இருக்கும் என் நண்பர்கள் குமாரும், மனோகரும் இறங்கினர்.

"இப்ப தியேட்டர்ல என்ன படம் போட்டுருக்கீங்கண்ணன்?" என்று புரோக்கர் கேட்க... சித்தப்பா, "பாருக்குட்டி பார்ட் டூ" என்றார் சத்தமாக. கடுப்பான நான், "அய்யோ சித்தப்பு... கத்தாத சித்தப்பு. போன தடவை பொண்ணு பாக்கப் போன வீட்டுல, 'உங்க தியேட்டர்ல என்ன படம்?'ன்னு கேட்டாங்க. நீ பொசுக்குன்னு, 'ராத்திரி தாகம்'னு சொல்லிட்ட... வெளிய அனுப்பிட்டாங்க. கொஞ்சம் வாய மூடிகிட்டு இரு சித்தப்பு..." என்றபடி வீட்டு வாசலைப் பார்த்த நான், "பொண்ணு பாக்க வர்றோம். ஒருத்தரையும் வாசல்ல காணோம்..." என்றேன்.

குமார், "கார் சத்தம் கேட்டுருக்கும். வருவாங்க சரவணா… ஒரு தடவை பவுடர் அடிச்சுக்க" என்று சிறிய பவுடர் டப்பாவை நீட்ட… நான் வாங்கி அடித்துக்கொண்டேன். மனோகர், "கூலிங்க்ளாஸ் போட்டுக்க" என்று கண்ணாடியை நீட்டினான். நான் கூலிங் க்ளாஸைப் போட்டுக்கொண்டு நிமிரவும், பெண் வீட்டுக்காரர்கள் வெளியே வரவும் சரியாக இருந்தது. நான்கைந்து பேர் கும்பலாக வந்து, "இவ்ளோ நேரம் வாசல்ல நின்னுட்டு, இப்பத்தான் உள்ள போனோம். வாங்க" என்று உள்ளே அழைத்துச் சென்றனர்.

உட்கார்ந்தவுடன் நான், பொண்ணு ஃபோட்டோ ஏதும் ஹாலில் மாட்டியிருக்கிறதா என்று சுற்றிலும் பார்த்தேன். ஹால் முழுவதும் காந்தி, நேரு… என்று தேசத்தலைவர்கள் படங்களும், சாமி படங்களும் மட்டுமே மாட்டப்பட்டிருந்தன. சம்பிரதாய உரையாடல்களுக்குப் பிறகு, நெற்றியில் பெரிய பட்டையுடன் இருந்த பெண்ணின் அப்பா ராமநாதன், "எனக்கு சினிமான்னாலே பிடிக்காதுங்க" என்றார்.

"ஏங்க?"

"நான் காலேஜ் படிக்கிறப்ப, ஒரு சரோஜாதேவி படம் பாத்தேன். அதுல அவங்க கால் கட்டைவிரலக் காட்டி, ஆபாசமா நடிச்சிருந்தாங்க. அதுலருந்து நான் படம் பாக்குறதே இல்லங்க" என்றவுடன் நாங்கள் அதிர்ந்தோம். குமார் கண்களில் மிரட்சியுடன், "டேய்… கால் கட்டைவிரல காட்டுறதே ஆபாசம்ன்னா, நம்ம 'பாருக்குட்டி' படத்த எல்லாம் பாத்தா என்ன சொல்வாரு?" என்றான். "படத்து பேரச் சொல்லிக் கத்தாதடா…" என்று அவன் தொடையைப் பிடித்து அமுக்கினேன்.

"ஆனா நீங்க தினம் பக்தி படமாப் போடுவீங்கன்னு புரோக்கர் சொன்னாரு" என்று ராமநாதன் சொன்னவுடன், தண்ணீர் குடித்துக்கொண்டிருந்த எனக்கும், குமாருக்கும், மனோகருக்கும் ஒரே சமயத்தில் புரைக்கேறி… தண்ணீரைத் துப்பினோம்..

"என்ன ஒத்துமை… என்ன ஒத்துமை…" என்ற புரோக்கரை நான் முறைத்தேன். பேச்சை மாற்ற விரும்பி நான் ராமநாதனிடம், "நீங்க வாத்தியாருன்னாங்க. என்ன வாத்தியாரு?" என்றேன்..

"நான் நல்லொழுக்க வாத்தியாரா இருந்து ரிடையராயிட்டேன்."

"ம்க்கும்…" என்று தொண்டையைக் கனைத்தபடி, நான் சித்தப்பாவைப் பார்த்தேன். தொடர்ந்து ராமநாதன், "என் ஒய்ஃபும் நல்லொழுக்க வாத்தியாரா இருந்து ரிட்டயராயிட்டாங்க" என்றவுடன் நாங்கள் நெளிந்தோம். "என் பொண்ணும்…" என்று

ராமநாதன் ஆரம்பிக்க... குமார், "நல்லொழுக்க வாத்தியார்ன்னு தயவுசெஞ்சு சொல்லிடாதீங்க" என்றான். அவர் சிரித்தபடி, "அப்படித்தான் ஆக்கணும்ன்னு நினைச்சோம். ஆனா இப்ப அந்த போஸ்ட்டிங்கே போடுறதில்ல..." என்றார். நான் புரோக்கரிடம் கண்ணைக் காண்பிக்க, "பொண்ணப் பாத்துடலாமா?" என்றார் புரோக்கர்.

சில நிமிடங்களில் அந்தப் பெண் மகாலட்சுமி, உடம்பில் ஒரு பார்ட் கூடத் தெரியாமல், தழைய தழைய புடவை கட்டிக்கொண்டு, உடம்பை இழுத்துப் போர்த்திக்கொண்டு வந்து அமர்ந்தாள். உட்கார்ந்தவுடன் கால் கட்டை விரல் மட்டும் வெளியே தெரிந்தது. கட்டைவிரலை நான் பார்ப்பதைக் கவனித்துவிட்ட பெண்ணின் அம்மா, வேகமாக மகாலட்சுமியின் புடவையை இழுத்து, கட்டைவிரலை மூடிவிட்டார். பெண் கொஞ்சம் குண்டுதான். அதையெல்லாம் பார்த்தால் வேலைக்காவாது. எனக்கு ஏற்கனவே 33 வயதாகிவிட்டது. எனவே நான் நேரிடையாக எனது சம்மதத்தைச் சொல்லிவிட்டேன்.

"எங்கம்மா, அப்பால்லாம் செத்துட்டாங்க. நான் எடுக்கிற முடிவுதான். போய் ஃபோன் பண்றோம்ன்னு சொல்றதெல்லாம் எனக்குப் பிடிக்காதுங்க. எனக்குப் பொண்ணு பிடிச்சிருக்கு. நீங்க சரின்னா, தெரு முக்குல பிள்ளையார் கோயில் இருக்கு. அப்படியே கல்யாணத்த முடிச்சு, அழைச்சுட்டுப் போயிடுவோம்" என்று கூற... அனைவரும் சிரித்தார்கள்.

"மாப்ள ரொம்ப வெள்ளந்தியாப் பேசுறாரு" என்று ராமநாதன் கூற... அப்போது மகாலட்சுமி தன் அம்மாவின் காதில் ஏதோ கூறினாள். உடனே மகாலட்சுமியின் அம்மா, "அவளுக்கும் உங்களப் பிடிச்சிருக்காம்" என்றவுடன், நான் சந்தோஷத்துடன் நண்பர்களைப் பார்த்தேன். முகம் மாறிய ராமநாதன், "ரெண்டு பேரும் ரொம்ப அவசரப்படுறீங்க" என்றவர் என்னைப் பார்த்து, "முதல்ல நாங்க உங்க வீட்டுக்கு வந்து பாக்கணும்" என்றார்.

"அப்படியே அவங்க தியேட்டர்லயும் படம் பாத்துட்டு வந்துரலாம்ங்க..." என்று பெண்ணின் அம்மா கூற... நாங்கள் அத்தனை பேரும் அரண்டு போனோம்.. பதறிப்போன நான், "அய்யோ... அது அந்தக் காலத்து கண்றாவித் தியேட்டருங்க. பூரா பொறுக்கிப் பயலுகளா வந்து உக்காந்துருப்பானுங்க..." என்றேன்.

"இருக்கட்டும்ங்க. மாப்ள தியேட்டரப் பாக்காம எப்படி? இப்ப என்ன படம் ஓடுது ?" என்றார். அடுத்த விநாடியே, சித்தப்பா "பாருக்..." என்று ஆரம்பிக்க.... நான் வேகமாக அவர் தொடையைக் கிள்ளியபடி, "பாகுபலி... பாகுபலி பார்ட் டு" என்று சத்தமாகக் கத்தினேன்.

“நமக்கு இந்த சினிமாப் பத்தில்லாம் ஒண்ணும் தெரியாதுங்க. அதுல யாரு நடிச்சிருக்கா?” என்றார் ராமநாதன். நான் பதில் சொல்வதற்குள் குமார், “ரேஷ்மா, மரியா...” என்று பாருக்குட்டியில் நடித்திருக்கும் நடிகைகளைக் கூற... நான் அவன் காலில் நச்சென்று மிதித்தேன். அதுவரையிலும் ஒரு வார்த்தையும் பேசாத மகாலட்சுமி, “எல்லாம் கேள்விப்படாத பேரா இருக்கு. அதுல அனுஷ்கா, தமன்னால்ல நடிச்சிருக்காங்க?” என்றாள்.

“இவன் படத்துல வர்ற மத்த பொம்பளைங்க பேரச் சொல்றான்...”

“சரிங்க... நாங்க வர்ற வெள்ளிக்கிழமை வர்றோம்...காலைக் காட்சி உங்க தியேட்டர்ல படம் பாத்துட்டு, மதியான சாப்பாடு உங்க வீட்டுலதான்” என்றார் ராமநாதன்.

காரில் ஏறியதும் மனோகர், “டேய்... நீ பாட்டுக்கு ‘பாகுபலி’ படம்ன்னு சொல்லிட்ட.. இப்ப என்ன பண்றது?” என்றான்..

“அட அன்ட்ராயருங்களா.... அவங்க வர்றப்ப, அந்தப் படத்தையே வாங்கி, ஒரு வாரம் ஓட்டிட்டாப் போச்சு...”” என்றேன்.

மறுநாள் நான் தியேட்டரில், ஆபரேட்டர் அறைக்கு மேலிருந்த மொட்டை மாடியில் பீடி குடித்துக்கொண்டிருந்தேன். கீழே ‘பாருக்குட்டி பார்ட் டு” ஓடிக்கொண்டிருந்தது. அநேகமாக ஒரு பலான படத்துக்கு பார்ட் டு வந்தது, பாருக்குட்டி படத்துக்கு மட்டும்தான். இந்த மொபைல், இன்டர்நெட் காலத்திலும் பாருக்குட்டி பார்ட் 1 பட்டையைக் கிளப்பியதால், அப்படத்தில் பணியாற்றிய அதே கலைஞர்கள்(?) இணைந்து பார்ட் 2-வைக் கொண்டு வந்துள்ளனர்.

கீழே தியேட்டரில் ஒரு சத்தமும் இல்லாமல் இருப்பதைப் பார்த்தால், அநேகமாக பாருக்குட்டி குளித்துக்கொண்டிருப்பாள். அப்போது மாடிப்படிகளில் திடுதிடுவென்று ஓடி வந்த குமாரிடம், “என்னடா... பாருக்குட்டி குளிச்சு முடிச்சுட்டாளா?” என்றேன்.

“நீ நாசமாப் போக. தியேட்டருக்கு ரெய்டு வந்துருக்காங்க... ஆபாசப் படம் காட்டுறோம்ன்னு, உன்ன அரெஸ்ட் பண்ணி, தியேட்டர மூடி சீல் வைக்கப்போறாங்களாம்” என்று குமார் சொன்னவுடன் நான் அதிர்ந்தேன். குப்பென்று வியர்த்த நான், “யாருடா வந்துருக்காங்க?” என்றேன் பதட்டத்துடன்.

“ஆர்.டி.ஓவும், தாசில்தாரும் ரசிகர்களோட சேர்ந்து வந்துருக்காங்க போல. பாருக்குட்டி குளிக்கிற வரைக்கும் கம்முன்னு உக்காந்துட்டு, அப்புறம் ஆபரேட்டர் ரூமுக்கு வந்து படத்த நிறுத்தச் சொல்லிட்டாங்க. ஆபரேட்டரையும், உன்னையும் அரெஸ்ட் பண்ண போலீஸ் வருதாம்.”

"அது ஒண்ணும் பிரச்னையில்ல. உடனே ஜாமீன்ல வந்துடலாம். இப்ப தியேட்டர சீல் வச்சிடுவாங்களே.... வெள்ளிக்கிழமை பொண்ணு வீட்டுக்கு 'பாகுபலி' படம் காமிக்கணும்டா. இன்னும் அஞ்சு நாள்தான்டா இருக்கு" என்று கூறிக்கொண்டிருக்கும்போதே, மேலே வந்த மனோகர், "சரவணா... தாசில்தார் கூப்பிடுறாரு" என்று அழைக்க... நான் கீழே இறங்கினேன். தியேட்டருக்கு வெளியே இருந்த நூற்றுக்கணக்கான ரசிகர்கள், பாருக்குட்டி குளித்து முடிப்பதற்குள் படத்தை நிறுத்திவிட்ட ஆத்திரத்தில், "ஏய்... படத்தப் போடுங்கடா..." என்று கத்திக்கொண்டிருந்தனர். நான் ஆபரேட்டர் அறைக்குள் நுழைந்தேன். அங்கே ஜன்னல் வழியாக வெளியே பார்த்துக்கொண்டிருந்த தாசில்தாரைப் பார்த்தவுடன், "டேய்... இவர நான் எங்கயோ பாத்துருக்கன்டா..." என்றேன்.

"போன வாரம் 'வாலிப தாகம்' படம் பாக்க, முத ஆளா வந்து உக்காந்துருந்தாரு" என்றான் மனோகர். "நன்றி கெட்ட பய..." என்ற நான் அவரை நெருங்கி, "வணக்கம் சார்... நீங்க 'வாலிப தாகம்' படம் பாக்க வந்தப்ப நான் உங்களப் பாத்துருக்கேன்" என்றேன்.

"ஹி... ஹி... அது... ஒரு ரசிகனா வந்தேன். இப்ப வேற வழியில்ல. கலெக்டருக்கு யாரோ கம்ப்ளைன்ட் பண்ணியிருக்காங்க. உடனே ரெய்டு பண்ணி, சீல் வைக்கச் சொல்லி ஆர்டர். நீங்க தப்பா நினைச்சுக்கக்கூடாது" என்றபடி ஜன்னல் வழியாக வெளியே பார்த்த தாசில்தார், "போலீஸ் வந்துட்டாங்க" என்றார். அப்போது அங்கு வேகமாக வந்த குமார், "டேய்.... லோக்கல் சேனல்லாம் கேமிராவோட வந்து இறங்கியிருக்காங்க" என்றான்.

"எந்தெந்த சேனல்லருந்து வந்துருக்காங்க?"

"கில்லி, பயாஸ்கோப், அப்புறம்... குஷி சேனல்..."

"குஷி சேனல்ன்னா... அந்த பாப்பா வந்துருக்கா?"

"எந்தப் பாப்பா?"

"பவித்ரா பாப்பா..."

"வந்துருக்கு"

"அப்ப அந்தப் பவுடரை எடு..." என்ற நான் பவுடரை வாங்கி அடித்துக்கொண்டு, ஜன்னல் வழியாக பார்த்தேன். ஒரு கான்ஸ்டபிள் 'பாருக்குட்டி' போஸ்டரை கிழித்துக்கொண்டிருக்க... பக்கத்தில் நின்று ஒரு போலீஸ் மேற்பார்வையிட்டுக்கொண்டிருந்தார். "அதாரு?" என்றேன் முழுத் தலைமுடியும் நரைத்திருந்த ஆபரேட்டர் தேவராஜிடம்.

"இன்ஸ்பெக்டர் ரத்னவேலு. பக்கத்து ஊருதான். அவரு காலேஜ் படிக்கிறப்ப, இங்க 'ஸிராக்கோ' படம் போட்டப்ப, நாலு ஷோவும்

ஜி.ஆர்.சுரேந்தர்நாத் ◼ 29

வரிசையா பாத்தாரு. அந்த கான்ஸ்டபிள் கூட போன மாசம் வந்து, ‘டீக்கடை மங்கா’ பாத்துட்டுப் போனாரு.”

“நன்றி கெட்ட துரோகிகள்...” என்று நான் கூறிக்கொண்டிருக்கும்போதே, இன்ஸ்பெக்டர் ரத்தினவேல் மேலே வந்துவிட்டார். நான், “குட்மார்னிங் மிஸ்டர் ஸிராக்கோ...” என்றவுடன், அவர் அதிர்ந்து போய் நின்றுவிட்டார். நெஞ்சை நிமிர்த்திக்கொண்டு வந்தவர், அப்படியே குழைந்து, “வணக்கம்ண்ணன்... இது நம்ம ட்யூட்டி... வேற வழியில்ல... நீங்க கொஞ்சம் கோ ஆப்ரேட் பண்ணனும்” என்றார். “சரி... போலாமா?” என்று நான் நடக்க ஆரம்பித்தேன்.

“சரவணா... கூலிங்க்ளாஸ் போட்டுக்க” என்று குமார் கண்ணாடியை நீட்ட... நான் நெகிழ்ந்து போனேன். அரெஸ்ட் பண்ணி போறப்பக் கூட, நான் கூலிங்க்ளாஸோடு அழகாக செல்லவேண்டும் என்ற குமாரின் நட்பை நினைத்து கண் கலங்கினேன். கூலிங்க்ளாஸைப் போட்டுக்கொண்டு, என் கைபேசியை எடுத்து கக்கத்தில் செருகிக்கொண்டு கிளம்பினேன். நானும், ஆபரேட்டர் தேவராஜும் ஆபரேட்டர் அறையை விட்டு வெளியே வர... படிக்கட்டில் நின்று மனோகர் அழுதுகொண்டிருந்தான். அவனை இழுத்துக் கட்டிப்பிடித்துக்கொண்ட நான், “டேய்... டேய்... அழக்கூடாது. அப்புறம் எனக்கும் அழுகை வந்துடும்” என்றவுடன், மனோகர் கண்களைத் துடைத்துக்கொண்டான்.

“இது என்ன எங்க ஃபேமிலிக்கு புதுசா? 1984ல, ‘சத்திரத்தில் ஒரு ராத்திரி’ படம் போட்டப்ப எங்க தாத்தா அரெஸ்ட்டானாரு. 1998ல ‘விடியாத ராத்திரி’ படம் போட்டப்ப எங்க அப்பா அரெஸ்ட்டானாரு. அவ்வளவு ஏன்? ரெண்டு வருஷம் முன்னாடி நான் கூட ‘ரகசிய ராத்திரி’ படம் போட்டப்ப அரெஸ்ட்டானேன். இதெல்லாம் தொழில்ல சகஜம். இப்ப கோர்ட்டுக்கு போய்ட்டு, அரை மணி நேரத்துல ஜாமீன்ல வந்துடுவேன். அழக்கூடாது என்ன?” என்று கூறிவிட்டு படிக்கட்டுகளில் இறங்கினேன்.

கீழே வந்தவுடன் ரசிகர்கள், “செய்யாதே... செய்யாதே...”, “சரவணக்குமாரை கைது செய்யாதே...” என்று கோஷமிட்டனர். இரண்டு கைகளையும் உயர்த்தி அவர்களை அமைதிப்படுத்திய நான், “உங்க ஃபீலிங்ஸ் எனக்குப் புரியுது. ஆனா அரசாங்கத்துக்கு ஒத்துழைப்பு கொடுக்கிறது நமது கடமை. தயவுசெஞ்சு எல்லாரும் அமைதியா கலைஞ்சு போங்க. தர்மத்தின் வாழ்வுதனை சூதுகவ்வும்... அப்புறம்... ம்...” என்ற நான் அடுத்த வரி தெரியாமல் தடுமாறினேன். குமார் என் காதில், “தர்மம் மறுபடியும் வெல்லும்” என்று கூற... நான், “ஆங்... தர்மம் மறுபடியும் வெல்லும்” என்று

பேச்சை முடித்தேன். பிறகு மனோகரை நோக்கி, “இவங்க டிக்கெட் பணத்த எல்லாம் திருப்பிக் கொடுத்து அனுப்பிடு” என்றேன்.

“ஃபுல் காசுமா? பாருக்குட்டி குளிக்கிற வரைக்கும் பாத்துட்டாங்க சரவணா...”

“அப்ப பாதிக் காசக் கொடுத்துடு” என்று சொல்லிவிட்டு நடந்தேன். அப்போது ஒருவன், “அண்ணன்... மீதிப் படத்த எப்பப் போடுவீங்கண்ணன்?” என்று கும்பலிலிருந்து குரல் கொடுக்க... “டேய்... எவன்டாவன்?” என்று இன்ஸ்பெக்டர் கத்த... கூட்டம் அமைதியானது. லோக்கல் சேனல் நிருபர்கள் மைக்குடன் என்னை நெருங்கினர். நான் எனது ரோஸ் நிற சில்க் சட்டையை இழுத்துவிட்டுக்கொண்டு, அவர்களை நோக்கிச் சென்றேன். அப்போது இன்ஸ்பெக்டர், “இன்டர்வியூல்லாம் கொடுக்கக்கூடாது” என்று என் சட்டையைப் பிடித்து இழுக்க... நான் ஆவேசத்துடன் குரலை உயர்த்தி, “மிஸ்டர் ஸிராக்கோ...” என்றேன் சத்தமாக. அவர் அரண்டுபோய் கையை எடுத்தார். நான் மெதுவாக அவரிடம், “இந்த தியேட்டர் சரித்திரத்துலயே, ஒரே படத்த, தொடர்ந்து நாலு ஷோ பாத்த ஒரே ஆளு நீதான். ஞாபகம் வச்சுக்க” என்றேன்.

“ஸாரிண்ணன்...” என்ற இன்ஸ்பெக்டர் கசங்கிய என் சட்டையை சரி செய்துவிட்டார்.

“நீ கேளு பாப்பா...” என்றேன் பவித்ராவை நோக்கி.

“மிஸ்டர் சரவணன்... இந்தக் கைதைப் பத்தி என்ன சொல்ல விரும்புறீங்க?”

“இளைஞர்களுக்கு சேவை செஞ்சதுக்காக அரெஸ்ட் பண்ணியிருக்காங்க.”

“ஆபாசப் படம் காமிக்கிறதுதான், இளைஞர்களுக்கு செய்ற சேவையா?”

“இது ஆபாசப்படம் இல்ல. சென்சார் சர்டிஃபிகேட் வாங்கின படம்.”

“இல்ல... நடுவுல ப்ளு ஃபிலிம்ல்லாம் ஓட்டுறீங்களாமே?”

“அது எதிரிகளின் சதி. ஃபிலிம் நடுவுல என் எதிரிங்க எப்படியோ பிட்ட சேர்த்து, என்னை மாட்டிவிட்டுட்டாங்க.”

“உங்க நெஞ்சத் தொட்டுச் சொல்லுங்க. நீங்க செய்றது... தப்புன்னு உங்களுக்குத் தோணல?” என்றாள் பவித்ரா நாயகன் பட கார்த்திகா போல். அப்பெண்ணை சில வினாடிகள் உற்று நோக்கிய நான், “தப்பில்லம்மா. நாலு பேரு சாப்பிட உதவும்ன்னா எதுவுமே தப்பில்ல” என்றேன் வேலுநாயக்கர் போல்.

“யாரந்த நாலு பேர்?”

“நான்... என் தம்பிங்க இந்திரகுமார், சந்திரகுமார்... என் தங்கச்சி மந்திரகுமாரி.”

“அண்ணன்... போலாம்ண்ணன்...” என்றார் இன்ஸ்பெக்டர்.

ஜீப்பில் ஏறிய நான் டிரைவர் சீட்டில் உட்கார்ந்திருந்த கான்ஸ்டபிளிடம், “அப்புறம் சார்... டீக்கடை மங்கா நல்லாருக்காளா?” என்றேன். இன்ஸ்பெக்டர், “டீக்கடை மங்காவா? அது யாருய்யா எனக்குத் தெரியாம... பேரே சும்மா ஜில்ஸாவா இருக்கு” என்றார். “அப்பறம் சொல்றேன் சார்...” என்று கான்ஸ்டபிள் பம்மினார்.

நீதிமன்ற வாசலில் ஜீப் நிற்க... நான் ஸ்டைலாக கீழே இறங்கினேன். கோர்ட்டினுள் சென்றுவிட்டு வந்த இன்ஸ்பெக்டர், “அண்ணன்... ரெகுலர் கேஸ்ல்லாம் முடிச்சுட்டுதான் ரிமாண்ட் கேஸ்ல்லாம் ஜட்ஜ் எடுப்பாராம். அதுவரைக்கும் வேணும்ன்னா டீ சாப்டுட்டு வரலாம்ண்ணன்” என்ற இன்ஸ்பெக்டர் என்னை கான்டீனுக்கு அழைத்துச் சென்றார். ஜீப் பின்னாலேயே பைக்கில் வந்த குமாரும், மனோகரும் என்னுடன் சேர்ந்துகொண்டனர்.

கேன்டீனில் நுழைந்த என்னை அனைவரும் திரும்பிப் பார்க்க... நான் குமாரிடம், “ஏன்டா... எல்லாப் பசங்களும் என்னையே பாக்குறானுங்க” என்றேன். “அங்க பாருங்கண்ணன்” என்று டிவியைக் காண்பித்தான் மனோகர். டிவியில் என் புகைப்படம் மூலையில் சின்னதாக தெரிய கீழே, “ஆபாசப்படம் காண்பித்ததாக தியேட்டர் அதிபர் சரவணகுமார் கைது. சிறப்பு விவாதம்” என்று குஷி நியூஸ் சேனலில் ஓடிக்கொண்டிருந்தது.

நிகழ்ச்சியை நடத்திய சாருலதா, “வணக்கம். இன்று நம் ஊரில் பரபரப்பாக பேசிக்கோண்டிருக்கும் செய்தி. தியேட்டர் அதிபர் சரவணகுமார் கைது. இது பற்றி விவாதிப்பதற்காக நம் அரங்கிற்கு பெண்கள் நல ஆர்வலர் பத்மஜாவும், நம்ம ஊரோட வருத்தப்படாத வாலிபர் சங்கத் தலைவர் சிவாவும், இளைஞர் நல ஆர்வலர் இமயவரம்பனும், எழுத்தாளர் ஏகாம்பரமும் வந்திருக்காங்க. வணக்கம் மேடம்.” என்று சாருலதா பத்மஜாவைப் பார்த்து வணங்கினாள்.

“மேடம். நீங்க சொல்லுங்க. இந்த கைதை நீங்க எப்படி பாக்குறீங்க?”

“இதை நான் வரவேற்கிறேன். இளைஞர் சமுதாயத்தை சீரழிக்கிற, இந்தமாதிரியான துர்நாற்றம் பிடித்த, கேவலமான, கேடுகெட்ட அழுகிய நோய்க் கிருமிகளை முளையிலேயே வெட்டி எறிந்தால்தான்...” என்று அப்பெண்மணி சொல்ல சொல்ல... நான்

குடித்த டீ அப்படியே தொண்டையிலேயே நின்றது.

"சிவா... நீங்க சொல்லுங்க..."

"இதை நான் கண்டிக்கிறன்ங்க... ஏன்னா... எங்களுக்கு பதினஞ்சு, பதினாறு வயசுலயே விபரம் தெரிஞ்சுடுது. ஆனா முப்பது வயசுலதான் வீட்டுல பொண்ணு பாக்கவே ஆரம்பிக்கிறானுங்க. எங்களுக்குஇருக்கிறஒரே ஆரோக்கியமான என்ட்டர்டெய்ன்மென்ட் இதாங்க. இதையும் நிறுத்தினா, நாளைய இளைஞர் சமுதாயம் எங்க போய் நிக்கும்ன்னு நினைக்கிறப்ப பயமா இருக்குங்க."

"எழுத்தாளர் சார்... நீங்க உங்க கருத்துக்கள சொல்லுங்க."

"மேடம்.... இளைஞர்கள் தங்களோட இச்சைகளத் தீர்த்துக்கிறதுக்கு, நம்ம நாட்டுல எந்த ஒரு சட்டபூர்வமான அமைப்பும் இல்லை. இப்ப வசதியான இளைஞர்கள் இன்ட்டர்நெட், செல்ஃபோன், வாட்ஸ்அப்ல தங்கள் இச்சைகளை தீர்த்துக்கிறாங்க. ஆனா இந்த மாதிரி விளிம்பு நிலைல வாழற மனிதர்களுக்கு இருக்கிற ஒரே வழி இந்த தியேட்டர்கள்தான். இதுலயும் கை வச்சா, விளிம்பு நிலை மனிதர்களுக்கு பாலியல் வெளிப்பாட்டு உரிமைகளும் மறுக்கப்படுகிறத ஒரு தேசத்துலதான் இன்னும் வாழ்ந்துகிட்டிருக்கோம்னு நினைக்கிறப்ப..."

"இந்த அண்ணன் என்னாதான்டா சொல்றாரு? படம் காட்லாம்ன்னு சொல்றாரா? வேண்டாம்ன்னு சொல்றாரா? என்றேன். "காட்லாம்ன்னுதான் சொல்றாரு" என்று குமார் சொல்லிக் கொண்டிருக்கும்போதே இன்ஸ்பெக்டர், "போலாம்ண்ணன்" என்றார்.

அந்த சிறுநகர ஜுடிஸியல் மாஜிஸ்ட்ரேட் கோர்ட் ஹால், சினிமாவில் காண்பிப்பது போல் இல்லாமல், சந்தைக் கடைப் போல் இரைச்சலாக இருந்தது. சற்றே உயரமான மேடையிலிருந்த நாற்காலியில் ஜட்ஜ் அமர்ந்திருந்தார். மேடைக்கு கீழேயிருந்த கிளார்க்கைச் சுற்றி கும்பலாக வக்கீல்கள்... போலீஸ்...

ஜட்ஜிடம் அசிஸ்டென்ட் பப்ளிக் ப்ராஸிக்யூட்டர்(ஏபிபி), "மை லாட்... ஒரு ரிமான்ட்..." என்று ரிமான்ட் ரிப்போர்ட்டை நீட்டினார். இன்ஸ்பெக்டர் எங்களை நோக்கிக் கண்களைக் காண்பிக்க... நானும், ஆபரேட்டரும் கூண்டில் ஏறி நின்றோம். ஜட்ஜ் என்னை லேசான கேலிப்புன்னகையுடன் பார்த்துவிட்டு ஏபிபியிடம், "கேஸ் ரிஜிஸ்டர் பண்ணியாச்சா? எஃப் ஐ ஆர் காப்பி?" என்றார். ஏபிபி எஃப்ஐஆரை நீட்ட... அதைப் பார்த்துவிட்டு கீழே வைத்தார். பிறகு ஜட்ஜ் எங்களிடம் பெயர், வயது விபரங்களை கேட்டார். பிறகு கண்ணாடியைக் கழட்டி டேபிளில் வைத்துவிட்டு, "ம்...

சொல்லுங்க. என்ன படம் காமிச்சீங்க?” என்றார்.

நான் ரகசியமான குரலில் கிசுகிசுப்பாக, “பாருக்குட்டி” என்றேன்.

“காதுல விழல. சத்தமா...”

“பாருக்குட்டி யுவர் ஆனர்” என்று நான் சத்தமாக கூற... கோர்ட்டில் அனைவரும் சிரித்தனர்.

ஒரு காகிதத்தில் கையெழுத்துப் போட்டுவிட்டு, “ரிமாண்டட்” என்றார் ஏபிபியைப் பார்த்து. அப்போது என் வக்கீல் எழுந்து, “மை லார்ட்... திஸ் இஸ் பெய்லபிள் க்ரைம். பெய்ல் பெட்டிஷன்” என்று ஒரு மனுவை நீட்டினார்.

உடனே ஏபிபி ஆவேசமாக, “இவங்கள ஜாமீன்ல விடக்கூடாது யுவர் ஆனர். பரம்பரை பரம்பரையா இவங்களுக்கு இதான் தொழிலு. அக்யூஸ்டு சரவணக்குமாரோட தாத்தா தண்டபாணியும், அப்பா சுந்தரமூர்த்தியும் இதே சார்ஜ்ல அரெஸ்ட் ஆகியிருக்காங்க. இவரும் ஏற்கனவே ஒரு தடவை அரெஸ்ட் ஆகியிருக்காரு. இதே குற்றத்துக்காக இவங்க தியேட்டர இது வரைக்கும் 16 முறை சீல் வச்சிருக்கோம்...” என்று அவர் தொடர்ந்து பேசிக்கொண்டிருக்க... என் வக்கீல் ஒன்றும் பேசாமல் புன்னகையுடன் கேட்டுக்கொண்டிருந்தார். கடுப்பான நான், “யுவர் ஆனர்...” என்றேன் ஜட்ஜை நோக்கி.

“சொல்லுங்க...” என்றார் ஜட்ஜ் புன்னகையுடன்.

“அய்யா... இவரு என்னை ஜாமீன்ல விடக்கூடாதுங்கிறாரு. அவருகிட்ட ஒரே ஒரு கேள்வி. அவரு தன் வாழ்நாள்ல, ஒரு தடவை கூட இந்த மாதிரி படம் பாத்ததில்லன்னு சொல்லச் சொல்லுங்க பாப்போம்” என்று கூற... கோர்ட்டில் சிரிப்பு.

“ஏன் சிரிக்கிறீங்க? உங்க எல்லாத்தையும் கேக்குறேன். நீங்க யாரும் ஒரு தடவைக் கூட, இந்த மாதிரி படத்த பாத்தது இல்லன்னு கையைத் தூக்குங்க பாப்போம்” என்று கூற... ஒரு கை கூட உயரவில்லை.

“தட்ஸ் ஆல் யுவர் ஆனர்.”

ஜட்ஜ் புன்னகையுடன் ஏபிபியை நோக்கி, “குருமூர்த்தி... ஜாமீன் தந்துடலாம். அப்புறம் ஊருல யாராரு, என்னென்ன படம் பாக்க வந்தாங்கன்னு ஃபுல் டீடெய்ஸையும் சொல்வாரு. இந்த கேஸ்க்கு போய், எதுக்கு கொலைக் கேஸ் மாதிரி ஆர்க்யூ பண்றீங்க. எனக்கு ஜாமீன் கொடுக்கலாம்ன்னு தோணுது.”

“நோ மை லார்ட்... தி கலெக்டர் ஹேஸ் இன்ஸ்ட்ரக்டட் மீ... ஒன் மினிட்... கலெக்டர் லெட்டரக் காமிக்கிறேன்” என்ற ஏபிபி

ஃபைலில் கலெக்டரின் கடிதத்தைத் தேடினார். ஜட்ஜ் பொழுதுபோகாமல் என்னிடம், “நீங்க ஏன் நல்ல படம்ல்லாம் போடக்கூடாது” என்றார்.

“போட்டா, ஊர்ல வாலிபப் பசங்க எல்லாம் நம்மகிட்ட கோச்சுகிறாங்க யுவர் ஆனர்...”

“கைல என்ன பேக்? ரொம்ப பெருசா இருக்கு...” என்றார் ஜட்ஜ்.

“சும்மா... படிக்கிறதுக்கு புத்தகம் வச்சிருக்கேன்.”

“என்ன புத்தகம்?”

“நடிகை ஷகிலா மேடத்தோட சுயசரிதை யுவர் ஆனர்.”

“ஷகிலா சுயசரிதையா?” என்று அலறினார் ஜட்ஜ்.

தொடர்ந்து நான், “இத ஷகிலா மேடம் முதல்ல மலையாளத்துல ‘என்ட ஆத்மகதா”ன்னு எழுதினாங்க. அதைத்தான் இப்ப மேடம் தமிழ்ல போட்டுருக்காங்க யுவர் ஆனர்” என்றேன்.

கடுப்பான ஜட்ஜ், “ஸ்டாப்... ஸ்டாப்...” என்று கூற, நான் விடாமல், “சில்க் ஸ்மிதாவும், ஷகிலாவும் ‘ப்ளே கேர்ள்ஸ்’ படத்துல ஒண்ணா நடிச்சிருக்காங்க யுவர் ஆனர். ஒரு அத்தியாயத்துல சில்க் ஸ்மிதாவப் பத்தி ஷகிலா மேடம், “பிரியமான நட்சத்திரமே... நீ ஒரு பொன் வசந்தமாக இருந்தாய்’ன்னு எழுதியிருக்காங்க பாருங்க... எனக்கு கண்ணு கலங்கிடுச்சு யுவர் ஆனர்” என்ற நான் கண்களைத் துடைத்துக்கொண்டேன்.

ஆத்திரத்தின் உச்சிக்குச் சென்ற ஜட்ஜ், “இந்தாளுக்கு ஜாமீன் கிடையாது. முதல்ல ஜெயிலுக்கு அழைச்சுட்டு போங்கய்யா” என்றார் சத்தமாக.

பதறிப்போன நான், “அய்யா... இனிமே நான் திருந்தி வாழலாம்ன்னு இருக்கன்ய்யா. எனக்கு யாரும் கல்யாணத்துக்கு பொண்ணு கொடுக்கல. இப்பதான் ஒரு பொண்ணு சரின்னு சொல்லியிருக்கு. இந்த பாவிய மன்னிச்சு விட்டுடுங்கய்யா...” என்று கைகளைக் குவித்து கதறினேன்.

மனம் இரங்கிய ஜட்ஜ், “பெய்ல் க்ராண்டட்” என்று கையெழுத்தைப் போட்டுவிட்டு என்னிடம், “நீ சத்திய சோதனை படிச்சிருக்கியா?” என்றார்.

“இல்ல யுவர் ஆனர். அது என்ன புத்தகம்?”

“காந்தியோட சுயசரிதை.”

“ஜட்ஜய்யா சொல்லியிருக்கீங்க. கண்டிப்பா படிக்கிறேன் யுவர் ஆனர். அதாருங்கய்யா காந்தி?”

“கெட் அவுட்...” என்று கத்தினார் ஜட்ஜ்.

மறுநாள் காலை. மாவட்ட ஆட்சியர் அலுவலகம்.

நான் கலெக்டர் அறைக்கு வெளியே மனோகருடன் உட்கார்ந்திருந்தேன். கையில் காந்தியின் 'சத்திய சோதனை' புத்தகம். தியேட்டர் சீல் ஆர்டரை ரத்து செய்வதற்கு கலெக்டர் உத்தரவு போடவேண்டும். பொதுவாக இந்த மாதிரி சீல் செய்தால், நான்கைந்து மாதங்கள் கழித்து, ஃபைன் போட்டுதான் மீண்டும் திறக்க அனுமதிப்பார்கள். ஆனால் வரும் வெள்ளிக்கிழமை, பெண் வீட்டார் வருகிறார்கள். அதற்குள் தியேட்டரைத் திறந்து, பாகுபலி பார்ட் டூ-வைப் போட்டாகவேண்டும்.

இந்த கலெக்டர் மிகவும் இரக்க சுபாவமுடையவர் என்றும், நேரில் சந்தித்து கேட்டால் மனமிரங்க வாய்ப்புண்டு என்றும் பலரும் சொன்னதால் கலெக்டரைப் பார்க்க வந்திருந்தேன்.

நான் சத்தியசோதனையில் 22ஆவது அத்தியாயத்தை படிக்க ஆரம்பித்தேன். "ஏறக்குறைய அச்சமயத்தில்தான் நாராயண ஹேமச்சந்திரர் இங்கிலாந்துக்கு வந்தார்..." என்று நான் படித்துக்கொண்டிருந்தபோது எனது மொபைல் ஃபோன், "கண்ணே... கட்டிக்கவா... ஒட்டிக்கவா?" என்று அடித்தது. நான் மொபைலை ஆன் செய்தேன். ஃபோனில் குமார், "சரவணா... பாகுபலி 2 படத்துக்கு பேசி, அட்வான்ஸ் கொடுத்துட்டன்" என்றான்.

ஃபோனை வைத்துவிட்டு நான் மனோகரிடம், "பாகுபலி படத்துக்கு அட்வான்ஸ் கொடுத்தாச்சு" என்றவுடன் அவன் முகம் மலர்ந்தது. அப்போது:" "நீங்க போங்க" என்று பியூன் கூற... நான் எழுந்து நடந்தேன்.

"என்ன சரவணா... ஒரு சிபாரிசும் இல்லாம, நீ கேட்டா கலெக்டர் ஒத்துக்குவாரா?" என்றான் மனோகர்.

"ஒத்துக்காம? உள்ளப் போயி என் பவரப் பாரு" என்றபடி கதவைத் திறந்து கொண்டு. உள்ளே நுழைந்த நான் அடுத்த வினாடியே, "அய்யா..." என்றபடி அப்படியே தரையில் சாஷ்டாங்கமாக விழுந்து வணங்கினேன். "அய்யா... நீங்கதான்யா எனக்கு வாழ்க்கை கொடுக்கணும்ய்யா..." என்று கதறினேன்.

"யோவ்... என்னய்யா இது... ஹலோ... அவர முதல்ல எழுப்புங்க" என்று கலெக்டர் மனோகரிடம் கூற, அவன் என்னை எழுப்பிவிட்டான்.

"உனக்கு இப்ப என்ன வேணும்?"

“பாருக்குட்டி படம் போட்டேன்னு தியேட்டர மூடி, சீல் வச்சுட்டாங்கய்யா... நீங்கதான்ய்யா மனசு வச்சு சீல எடுத்து விடணும்”

“க்ளோஸ் பண்ணி ரெண்டு நாள் கூட ஆவல. அதுக்குள்ள க்ளோஸிங் ஆர்டர ரிவோக் பண்ணமுடியாது.”

“தெரியும்ய்யா. நான் இந்த மாதிரி படம் ஓட்டுறன்னுதான் 33 வயசாகியும், எனக்கு பொண்ணு கிடைக்கலய்யா.. இப்பத்தான் ஒரு பொண்ணு ஓகே சொல்லியிருக்கு. வர்ற வெள்ளிக்கிழமை அவங்க எங்க தியேட்டருக்கு படம் பார்க்க வர்றன்னுருக்காங்க” என்றவுடன் கலெக்டர், “பாருக்குட்டிய பாக்கவா?” என்றார் கிண்டலாக சிரித்தபடி.

“இல்லய்யா... பாகுபலி படம் போடப்போறேன். இனிமே பாருக்குட்டிய எல்லாம் கேரளாவுக்கு அனுப்பிட்டு, நல்ல படமா போடலாம்ன்னு இருக்கேன்ய்யா...”

“இப்படி சொல்லித்தான் மறுபடியும் தியேட்டரத் திறப்பீங்க. அப்புறம் மறுபடியும் பாருக்குட்டிய அழைச்சுட்டு வந்துடுவீங்க.”

“அய்யா... சத்தியமா அந்த மாதிரி பண்ணமாட்டேன்ய்யா... இது என் வாழ்க்கைய்யா. முத முதல்ல ஒரு பொண்ணு முடியற மாதிரி இருக்கு. தியேட்டரத் திறந்தாதான் கல்யாணம் முடிவாகும்ய்யா...”

கலெக்டர் சற்றே யோசனை செய்ய... அந்த சமயம் பார்த்து என் மொபைல் ஃபோன், “கண்ணே... கட்டிக்கவா? ஒட்டிக்கவா?” என்று பாட... கலெக்டர் என்னை முறைத்தார். “ஆத்தாடியோவ்...” என்று வேகமாக மொபைலைக் கட் செய்தேன்.

கலெக்டர், “உன்ன எப்படி நம்புறது. ம்...” என்று யோசித்துவிட்டு,. “ஒண்ணு பண்றேன். நான் இப்ப ரிவோக் பண்றேன். ஆனா முத நாளு நானே வந்து, நீ ‘பாகுபலி’ படம் போடுறியான்னு செக் பண்ணுவேன்.”

“அய்யா... வாங்கய்யா... நீங்க எங்க தியேட்டருக்கு வர, நான் புண்ணியம் செஞ்சுருக்கணும்ய்யா...”

“சரி... வரேன். பிஏகிட்ட சொல்றேன். ஃபைன் கட்டிட்டு, ரிவோக்கிங் ஆர்டர வாங்கிட்டுப் போ. வெள்ளிக்கிழமை காலைல பத்து மணிக்கு அங்க இருப்பேன்.”

“நீங்க நம்பி வாங்கய்யா... இப்ப நான் திருந்திட்டன்ய்யா... ஜட்ஜய்யா சொன்னாருன்னு இப்ப சத்திய சோதனைல்லாம் படிக்கிறன்ய்யா” என்று அவரிடம் புத்தகத்தைக் காட்டினேன்.

கலெக்டர் சிரித்தபடி, "சத்தியசோதனைல காந்தி என்ன சொல்றாரு?" என்றார்.

"மசாலா ஐட்டமும், பசும்பாலும் சாப்பிடாம இருந்தா காம இச்சை குறையும்னு சொல்றாருய்யா" என்று நான் வெள்ளந்தியாக கூற... "அதுலயும் இதுதான் படிக்கிறியா? நீ கிளம்புய்யா முதல்ல" என்றார் கலெக்டர் சிரிப்பை அடக்கிக்கொண்டு.

வெள்ளிக்கிழமை. தியேட்டரே திருவிழாக் கோலமாக இருந்தது. வெளியே தோரணம் கட்டி, பாகுபலி 2 போஸ்டர் ஒட்டப்பட்டிருக்க... ஒரே ஜனங்கள் கூட்டம். என் அழைப்பின் பேரில், நான் திருந்தி வாழ்வதை ஊக்கப்படுத்தும் விதமாக ஜட்ஜ், இன்ஸ்பெக்டர், கலெக்டர் எல்லாம் வந்திருந்தனர். மூவரும் கடைசி வரிசையில் தனியாக அமர வைக்கப்பட்டனர். நான் அவர்கள் அருகில், புது சிவப்பு நிற சில்க் சட்டை போட்டுக்கொண்டு, கையில் சத்தியசோதனையுடன் நின்றுகொண்டிருந்தேன். இரண்டாவது வரிசையில் பெண் வீட்டார் வரிசையாக அமர்ந்திருந்தனர்.

ஜட்ஜ் என்னைப் பார்த்து சிரித்தபடி, "என்னய்யா... சத்தியசோதனைல்லாம் படிக்க ஆரம்பிச்சிட்டியா?"

"படிச்சுக்கிட்டிருக்கன்ய்யா. நான்காம் பாகம் வந்துட்டன்ய்யா? அன்பின் உழைப்பு வீணான்னு காந்தி கேக்குறாருங்கய்யா..."

"வெரிகுட்.... இப்படி உக்காரு" என்று ஜட்ஜ் பக்கத்து நாற்காலியை காண்பிக்க... நான் நாற்காலி நுனியில் அமர்ந்துகொண்டேன்.

நியூஸ் ரீல் ஓடிக்கொண்டிருக்க... வெளியேயிருந்து கையில் மொபைலுடன் வந்த குமார், "சரவணா... நம்ப டிஸ்ட்ரிபியூட்டர் பேசுறாரு" என்றான்.

"எந்த டிஸ்ட்ரிப்யூட்டர்?"

"பாகுபலி படத்தோட டிஸ்ட்ரிப்யூட்டர் விநாயகம்ண்ணன்..."

மொபைலை வாங்கிய நான், "ஹலோ... சொல்லுங்க... இருங்க... நான் வெளிய வரேன்" என்று வெளியே வந்து, "உங்க தயவுல தியேட்டரே ஹவுஸ்ஃபுல்லு" என்றேன்.

பதிலுக்கு விநாயகம், "உங்களுக்கு பயங்கர தில்லுங்க. அஞ்சே நாள்ல தியேட்டர மறுபடியும் திறந்து, மறுபடியும் அதே பாருக்குட்டியப் போடுறீங்களே...." என்று கூற... எனக்கு பகீரென்றது.

"பாருக்குட்டியா? என்னண்ணன் சொல்றீங்க? கலெக்டரு, ஜட்ஜய்யா எல்லாம் வந்துருக்காங்க. நான் பாகுபலி 2-க்குல்ல

அட்வான்ஸ் கொடுத்திருந்தேன்" என்ற எனது கால்கள் பயத்தில் வெடவெடவென்று நடுங்கியது.

"பாகுபலியா? அப்ப நீங்க நிஜமாவே பாகுபலிதான் கேட்டுருந்தீங்களா? அய்யோ... அண்ணன்.... ஒரு தப்பு நடந்துபோயிருச்சு. மேனேஜர் பாகுபலின்னுதான் சொன்னாரு. ஆனா 35 வருஷமா உங்க தியேட்டர்ல மலையாளப் படம் மட்டும்தானே போடுவீங்க.. நீங்க 'பாருக்குட்டி பார்ட் 2" படம் கேட்டிருப்பீங்க.இவனுங்ககாதுல'பாகுபலி'ன்னு விழுந்திருக்கும்ன்னு நினைச்சுகிட்டு..." என்று அவர் நிறுத்தினார்.

நான் "நினைச்சுகிட்டு..." என்றேன்.

"பாருக்குட்டி படத்தோட பாஸ்வேர்டதான் அனுப்பி வச்சேன்" என்று விநாயகம் கூறி முடிக்க... எனக்குத் தலைச் சுற்றி, மயக்கம் வருவது போல் இருந்தது.

"படம் இன்னும் போடலல்ல?" என்றார் விநாயகம்.

"நியூஸ் ரீல் ஓடிக்கிட்டிருக்கு."

"அய்யோ... சீக்கிரம் போய் நிறுத்துங்கண்ணன். நான் வேற இந்தப் படத்துல, டைட்டிலுக்கு முன்னாடி புதுசா ரேஷ்மா குளிக்கிற சீன் சேத்துருக்கேன்."

"டைட்டிலுக்கு முன்னாடியே குளிக்கிற சீனா?" என்ற நான், "தேவராஜு... தேவா......" என்று அலறியபடி ஆபரேட்டர் ரூமுக்கு படியேறினேன். வேட்டி அவிழ... அதைப் பற்றிக் கூட கவலைப்படாமல் ஓடினேன். அப்போது வேகமாக வெளியே வந்த தேவராஜ், "என்னண்ணன்... எடுத்தவுடனே ரேஷ்மா குளிக்கிற சீன் ஓடுது. பாகுபலி படத்துலயும் ரேஷ்மா நடிச்சிருக்காங்களா?" என்றான்.

"பாகுபலி படத்துல ரேஷ்மாவா? பரதேசி நாயே..." என்று ஆபரேட்டர் அறைக்குள் ஓடி, சதுர ஓட்டை வழியாக பார்த்தேன். கீழே குளிக்கும் காட்சியைப் பார்த்து, ஜனங்கள் குழப்பத்துடன் எழுந்து கத்திக்கொண்டிருந்தனர். "அய்யோ... நிறுத்துடா..." என்று நான் கத்த... தேவராஜ் நிறுத்துவதற்குள் திரையில் "பாருக்குட்டி 2" என்று டைட்டில் ஓடியது.

குங்குமம்
10.11.17 & 17.11.17

3

மிஸ்டு கால்
▼

நீங்கள் சென்னையில் வசிப்பவராக இருந்தால், சரவணனை அநேகமாக உங்களுக்குத் தெரிந்திருக்கும். தாம்பரம் எலெக்ட்ரிக் ட்ரெயினில், மொபைலை நோண்டாமல், ஒரு ஓரமாக உட்கார்ந்து, ஒரு குயர் நோட்டில் 'ஸ்ரீராமஜெயம்' எழுதிக்கொண்டு வரும் ஒருவனை நீங்கள் பார்த்திருந்தால், அவன்தான் சரவணன். ஒரு தனியார் அலுவலகத்தில், அக்கௌண்டன்ட்டாக மாதம் இருபதாயிரம் ரூபாய் சம்பளம் வாங்குகிறான். அறை வாடகைக்கும், சாப்பாட்டுக்கும் ஏழாயிரம் ரூபாய் எடுத்துக்கொண்டு, மீதியை அப்படியே கிராமத்திலிருக்கும் குடும்பத்தினருக்கு அனுப்பிவிடுவான்.

சரவணன் கெத்து, செம, மொக்கை போன்ற தற்காலத் தமிழ்(?) வார்த்தைகளை உபயோகிக்கமாட்டான். நடிகை ஷகீலா புகழின் உச்சத்தில் இருந்த காலத்தில் ஒரு நண்பனிடம், 'ஷகீலான்னா யாரு?" என்று கேட்டதற்காக, அவன் சரவணனுடனிருந்த இருபது வருட நட்பை முறித்துக்கொண்டான். ஹோட்டல்களில் வைத்திருக்கும் சிவானந்தா குருகுல உண்டியலில், சரவணன் மாதம் பத்து ரூபாய் போடுகிறான். குருடர்கள், முதியோர்கள் சாலையைக் கடக்க உதவுவான். தண்ணி, தம்... மூச். கிராமத்து வெகுளி. அவன் எவ்வளவு வெகுளி என்பதை கதையின் போக்கில் நீங்களே தெரிந்துகொள்ளலாம்.

சரவணனை விட தங்கமான ஆண், இந்த உலகில் இருக்க வாய்ப்பே இல்லை. ஆனால் உங்களுக்கு ஒரு மகளோ, தங்கையோ அல்லது அக்காவோ இருந்தால், சரவணனுக்குத் திருமணம் செய்து வைக்கமாட்டீர்கள். காரணம்: சரவணனின் தலை, முற்றிலும் வழுக்கையாகியிருந்தது. அவன் முன்பொரு காலத்தில் முடியோடுதான் இருந்தான் என்பதை உலகுக்கு உறுதிப்படுத்துவதற்காக, தலையின் பின்பக்கமும், பக்கவாட்டிலும் மட்டும், நான்கு சென்ட்டிமீட்டர் முடி இருக்கிறது. 35 வயதாகியும் வழுக்கை என்பதால் பெண் கிடைக்கவில்லை.

கடந்த 2006 முதல், சரவணனின் அறைக்கு அடுத்தடுத்து வந்த எட்டு ரூம்மேட்களும் திருமணமாகிச் சென்றுவிட்டார்கள். அவனுடைய ஒன்பதாவது ரூம்மேட்டாக அருணைச் சேர்த்துக்கொள்ளும்போது, "எனக்கு முன்னாடி கல்யாணம் பண்ணிகிட்டு போகக்கூடாது" என்று கண்டிஷன் போட்டுத்தான் சேர்த்திருக்கிறான்.

கதை துவங்கும் இந்த லேசான மழைக்காலத்தில், டிவியில் அந்த தைல விளம்பரம் ஓட... சரவணன் டிவியை நிறுத்தினான். அருண், "ஏண்ணன் டிவியை நிறுத்துறீங்க?" என்று டிவியை மீண்டும் ஆன் செய்தான்.

டிவியில் ஒரு அழகிய பெண்மணி, "உங்கள் வாழ்க்கையில் மீண்டும் ஒரு வசந்த காலம். நீங்கள் இழந்த முடிகளைத் திரும்பப் பெற வந்துவிட்டது... புதிய 'ஹெட் ஃபுல்லா ஹேர்' தைலம். கொல்லிமலை சித்தர்களும், ஜவ்வாதுமலை சித்தர்களும் இணைந்து உருவாக்கிய மூலிகைத் தைல சூத்திரத்திலிருந்து தயாரிக்கப்பட்டது. மூன்றே மாதத்தில் உங்கள் வழுக்கை மறைந்து, வாழ்க்கை மலரும். உங்கள் வாழ்க்கையில் மீண்டும் ஒரு வசந்த காலம். எங்களுக்கு மிஸ்டு கால் கொடுத்தாலே போதும். 'ஹெட் ஃபுல்லா ஹேர்' தைலம் உங்கள் வீடு தேடி வரும்" என்று கூறிவிட்டு அந்தப் பெண் நம்பரைச் சொல்ல.... அருண், "இதை ஒரு தடவை ட்ரைப் பண்ணிப் பாக்கலாம்ண்ணன்" என்ற அந்த நம்பரை நோட் பண்ணினான்.

"டேய்... அதெல்லாம் ஆயிரம் எண்ணெய் போட்டுப் பாத்தாச்சுடா."

"லாஸ்ட்டா ஒரு தடவை ட்ரை பண்ணி பாப்போம். சும்மா மிஸ்டு கால் கொடுத்து, என்ன ஏதுன்னு விசாரிப்போம்" என்றபடி அருண், சரவணன் போனை எடுத்தான். "டேய்... அதெல்லாம் வேண்டாம்டா" என்று சரவணன் அவனிடமிருந்து ஃபோனை பிடுங்கினான். "சும்மா மிஸ்டு கால்தாண்ணன்" என்று அவன் சரவணனிடமிருந்து மொபைலை பிடுங்கி மிஸ்டு கால் கொடுத்துவிட்டான். ஓங்கி அவன் தலையில் தட்டிய சரவணன், "அறிவுகெட்ட நாயே... இனிமே நம்ம சுடுகாட்டுக்கு போற வரைக்கும் போன் பண்ணிகிட்டேயிருப்பாங்க..." என்று கூறிக்கொண்டிருக்கும்போதே அவன் மொபைல் அடிக்க... எடுத்து, "ஹலோ..." என்றான்.

"உங்கள் வாழ்க்கையில் மீண்டும் ஒரு வசந்த காலம்" என்று ஒரு பெண் குரல் கேட்டது.

"யாருங்க நீங்க?"

"வந்தாச்சு... உங்கள் வாழ்க்கையில் மீண்டும் ஒரு வசந்த காலம்."

"வசந்தம்ல்லாம் இருக்கட்டும்ங்க... நீங்க என்னன்னு விஷயத்தச் சொல்லுங்க."

"சார்... என் பேர் நிவேதா. நீங்க ஆர்டர் பண்ணின 'ஹெட் ஃபுல்லா ஹேர் தைலம் நாளைக்கே உங்களுக்கு டெலிவரி ஆயிடும்."

"டெலிவரியா? நான் ஆர்டர் பண்ணவே இல்லங்க" என்றான் சரவணன் அதிர்ச்சியுடன்.

"நீங்க மிஸ்டு கால் கொடுத்தாலே புக்டு சார்."

"என்னது? மிஸ்டு கால் கொடுத்தாலே புக்டா? ஹலோ... அது நான் ஆர்டர் கொடுக்கலங்க. என் ரூம்மேட் விளையாட்டுக்கு மிஸ்டு கால் கொடுத்தான்ங்க.."

"ஸாரி சார்... அதுக்கு நாங்க பொறுப்பு கிடையாது. ஒன்ஸ் ஆர்டர் புக் பண்ணிட்டா அதை கேன்சல் பண்ணமுடியாது. ஜஸ்ட் பத்தாயிரம் ரூபாய்தான் சார்."

"பத்தாயிரம் ரூபாயா?" என்று அலறிய சரவணன், "என்கிட்ட அவ்வளவு பணம்ல்லாம் இல்லங்க. நீங்க ஆர்டர கேன்சல் பண்ணிடுங்க" என்றான் அருணை முறைத்தபடி.

"ஸாரி சார்... புக்டு ஆர்டர கேன்சல் பண்ணமுடியாது. நீங்க வாங்கலன்னா அட்வகேட் நோட்டீஸ் கொடுப்போம். நாளைக்கு நானே வந்து டெலிவரி பண்ணிடுவேன் சார். உங்க நேம் அன்ட் அட்ரஸ் சொல்றீங்களா?" என்றவுடன் சரவணன் மொபைலை கட் செய்துவிட்டு அருணை ஓங்கி உதைத்தான்.

மறுநாள் காலை எட்டு மணி இருக்கும். சரவணனும், அருணும் டீக்கடையில் டீ குடித்துக்கொண்டிருந்தனர். டீக்கடை ரேடியோவில், "ஆன்டிப்பட்டி கணவா காத்து ஆளத் தூக்குதே..." பாடல் ஒலிக்க ஆரம்பித்தபோது, சரவணனின் மொபைல் அடித்தது. சரவணன் மொபைலை ஆன் செய்ய... பெண் குரல், "வணக்கம். உங்கள் வாழ்க்கையில் மீண்டும் ஒரு வசந்த காலம்" என்றது.

"நீ நாசமாப் போவ. ஏம்மா இப்படி காலங்காத்தால என் உயிர எடுக்குற?"

"ஸாரி சார். நான் தைலத்தோட, உங்க தெரு முனை பிள்ளையார் கோயில்கிட்ட நிக்குறேன். உங்க வீட்டுக்கு பக்கத்துல எதாச்சும் லேண்ட் மார்க் இருந்தா சொல்லுங்க. வந்துடுறேன்" என்று கூறியவுடன் சரவணனுக்கு வயிறு கலங்கிவிட்டது. பிள்ளையார்

கோயிலுக்கு பக்கத்தில்தான் டீக்கடை. சரவணன் அவசரமாக கிளம்ப... பின்னாலிருந்து, "வணக்கம். உங்கள் வாழ்க்கையில் மீண்டும் ஒரு வசந்தகாலம்" என்று பெண் குரல் கேட்டது. சரவணன் அதிர்ச்சியுடன் திரும்ப... "ஐயம் நிவேதா..." என்று ஒரு இளம்பெண் சிரிப்புடன் நின்றுகொண்டிருந்தாள். பொதுவாக சரவணன் பெண்களை உற்றுப் பார்க்கும் டைப் இல்லை. ஆனாலும் அவனையே அவள் அசத்திவிட்டாள்.

அருண், "அண்ணன்... நடிகை எம்மி ஜாக்ஸன், லைட்டா சதை போட்ட மாதிரி அட்டகாசமா இருக்கா" என்றான். சரவணன் அதற்கெல்லாம் அசராமல் முகத்தை இறுக்கமாக வைத்துக்கொண்டு, "என் அட்ரஸ எப்படி கண்டுபிடிச்சீங்க?" என்றான்.

"உங்க மொபைல் நம்பர வச்சு எல்லாம் கண்டுபிடிச்சிடுவோம். இப்ப நீங்க மொபைல்ல பேசினப்ப பேக்ரௌண்ட்ல "ஆண்டிப்பட்டி" பாட்டு கேட்டுச்சு. நானும் அந்த பாட்டக் கேட்டுகிட்டேதான் ஃபோன் பண்ணேன். சரி... பக்கத்துலதான் எங்கயோ இருக்கீங்கன்னு பாத்தேன். இங்க நிக்கிற ஆளுங்கள்லயே உங்க தலைதான்... ஸாரி... வழுக்கையா இருந்துச்சு. அதை வச்சு கண்டுபிடிச்சேன். இங்கயே வாங்கிக்கிறீங்களா? இல்ல... வீட்டுல போய் வாங்கிக்கிறீங்களா?"

"ஹலோ... என்னங்க நீங்க? விளையாடுறீங்களா? அவ்வளவு பணம்ல்லாம் எங்கிட்ட இல்லீங்க?"

"நீங்க வாங்கலன்னா, வக்கீல் நோட்டீஸ் அனுப்புவோம்."

"வக்கீல் நோட்டீஸா? ஏங்க... ஜெயிலுக்கு அனுப்பிடுவீங்களா?" என்றான் பீதியுடன்.

"அது நீங்க நடந்துக்கிறத பொறுத்து" என்றவுடன் சரவணன் மனதிற்குள், "சமயபுரம் மாரியாத்தா... என்னை இந்த சிக்கல்ல இருந்து காப்பாத்து தாயே.. தலைல மிச்சம் இருக்கிற முடியையும் இறக்கி மொட்டைப் போடுறேன்..." என்று வேண்டியபடி வேகமாக நடந்தான். அவன் பின்னாலேயே வந்த நிவேதா, "கேஷா?கார்டா சார்?" என்றாள்.

"அய்யோ... நாளைக்கு சாப்பாட்டுக்கு கூட என் கைல காசில்ல. இப்படி போட்டு இம்சை பண்றீங்க. எனக்கு இது நாலாவது ஜென்மம். நாலாம் ஜென்மம் நாய் பொழப்புங்கிறது சரியாப் போச்சு."

"அதெப்படி உங்களுக்குத் தெரியும்?"

"எங்க ஊரு ஜோசியர் சொன்னாரு. ஒரு விஷயம் சொல்றேன். வெளிய யாருகிட்டயும் சொல்லிக்காதீங்க" என்ற சரவணன் அவள்

அருகில் நெருங்கி மெதுவாக, “நான் போன ஜென்மத்துல எம்ஜிஆரா இருந்தேனாம். இப்பவும் எம்ஜிஆர் சமாதி, ராமாவரம் தோட்டம்ல்லாம் போனா உடம்பு ஒரு மாதிரி சிலிர்த்துடுது. உங்களுக்கு இது எத்தனாவது ஜென்மங்க?”

“ம்... ரெண்டாவது ஜென்மம்” என்றாள் அவள் கடுப்பாக.

“நீங்களும் விசாரிச்சிட்டீங்களா? போன ஜென்மத்துல நீங்க யாரா இருந்திங்களாம்?”

“ம்... சிலுக்கு ஸ்மிதாவா இருந்தேன்.”

“அதாருங்க சிலுக்கு? நல்லி குப்புசாமி மாதிரி எதாச்சும் பட்டுப்புடவை பிஸினஸா?”

“அய்யோ... கடவுளே... என்னைக் காப்பாத்து...”

“என்னைத்தாங்க கடவுள் காப்பாத்தணும். எங்கிட்ட அவ்ளோ காசுல்லாம் இல்லீங்க. மாசம் இருபதாயிரம் ரூபாய்தான் சம்பளம். எனக்கு 35 வயசாவுது. வழுக்கைன்னு பொண்ணு கிடைக்கல. இதுக்கு நடுவுல தம்பிய பிஇ படிக்க வைக்கிறேன். தங்கச்சி கல்யாணத்துக்கு வாங்கின கடனையே இன்னும் அடைச்சு முடிக்கல. கடன அடைக்கிற வரைக்கும் கர்ப்பமாகக்கூடாதுன்னு தங்கச்சிகிட்ட சொல்லியே அனுப்பி வச்சேன்” என்றவுடன் அவள் சிரித்துவிட்டாள்.

“சிரிக்காதீங்க. அவ்ளோ சொல்லியும் கர்ப்பமாயிட்டா. இப்ப ஒம்பதாவது மாசம். பிரசவ செலவுக்கு என்ன பண்றதுன்னு தெரியாம முழிச்சுகிட்டு இருக்கேன்” என்றவுடன் அவள் முகத்தில் ஒரு அனுதாபம்.

“இப்ப உங்களுக்கு கொஞ்சம் ஃபீல் ஆவுதுல்ல?”

“ஆமாங்க...”

இன்னும் கொஞ்சம் ஃபீலை ஏத்துவோம் என்று, “எங்கம்மாவுக்கு காட்ராக்ட் ஆபரேஷன் பண்ணணும். எங்க அப்பாவுக்கு, வேற ஒரு ஆபரேஷன் பண்ணனும்” என்றான் சரவணன்.

“அவருக்கென்ன ஆபரேஷன்?”

“வேண்டாங்க. சொல்ல வெக்கமா இருக்கு. வேணும்ன்னா எழுதிக் காமிச்சுடுறேன்” என்று பாக்கெட்டிலிருந்த ஒரு பேப்பரை எடுத்து எழுதிக் காண்பிக்க... அவள் ‘சீ...’ என்று வெட்கப்பட்டாள்.

“இப்ப நீங்க வெக்கப்பட்டீங்களா?”

“ஆமாம். ஏன்?”

“இல்ல... உங்க கன்னத்துல யாரோ ரோஸ்மில்க்க கொட்டின மாதிரியே இருக்கு” என்றவுடன் அவள் கன்னத்தில் மேலும் ரோஸ்மில்க் கொட்டியது.

“நாங்க கிராமத்து ஏழை விவசாயக் குடும்பங்க. இதெல்லாம் நமக்கு கட்டுப்படியாவுமா? ஆர்டர கொஞ்சம் கேன்சல் பண்ணிடுங்க.”

“என் லெவல்ல முடியாது. வேணும்ன்னா எங்க மேனேஜர்கிட்ட கேட்டுப் பாக்குறேன்.”

மறுநாள் நிவேதா நான்கைந்து முறை போன் செய்தாள். சரவணன் எதற்கு வம்பு என்று மொபைலை எடுக்கவில்லை. அவள் அசராமல் அவன் அலுவலகத்திற்கே வந்துவிட்டாள். அலுவலகத்தில் பேசினால், என்ன? ஏது? என்று விசாரிப்பார்கள் என்பதால், “நீங்க வாங்க. நாம கேன்டீன் போய் பேசலாம்...” என்று சரவணன் எழுந்தான். அவர்கள் லிஃப்ட்டில் இறங்க ஆரம்பித்த அடுத்த வினாடி, லிஃப்ட் ஒரு குலுக்கலுடன் நிற்க... அவர்கள் அதிர்ந்தார்கள்.

சரவணன், “போச்சு. மாசத்துக்கு ஒரு தடவை இப்படித்தான்”' என்றவுடன் நிவேதாவின் முகத்தில் ஒரு திகில். சரவணன், “பயப்படாதீங்க...' என்று லிஃப்ட்டில் இருந்த இன்டர்காமை எடுத்து, “சார்... இங்க லிஃப்ட் ரிப்பேராயி நிக்குது” என்றான்.

“கொஞ்சம் வெய்ட் பண்ணுங்க. மெக்கானிக் வந்தவுடனே அனுப்புறேன்.”

“யோவ்... சீக்கிரம் அனுப்புய்யா. ஒரு கன்னிப் பொண்ணு கூட...” என்ற சரவணன் நிவேதாவைப் பார்த்து, “ஏங்க... நீங்க கன்னிப்பொண்ணுதானேங்க” என்றான்.

“வாட்?” என்று அவள் முறைத்தாள்.

“இல்ல... கல்யாணமாயிருந்து, நான் மாத்தி சொல்லிடப்போறேன்” என்றான்.

கடுப்பான நிவேதா, “அய்யோ... எனக்கு இன்னும் கல்யாணமே ஆவல” என்றாள்.

இன்ட்டர்காமில், “கன்னிப்பொண்ணுதான்ங்க. பாப்பா மிரளுது. நீங்க சீக்கிரம் ஆள அனுப்புங்க” என்று இன்டர்காமை வைத்தான். நிவேதாவின் முகத்தில் பீதி.

“நீங்க பயப்படாதீங்க. நான் ரொம்ப நல்ல... வேண்டாம்.. எனக்கு தற்பெருமை பிடிக்காது. அதனால எங்காஃபீஸ்லருந்து டிரான்ஸ்ஃபராயி போன ஒரு பொண்ணு எனக்கு அனுப்புன

எஸ்எம்எஸ்ஸ உங்கள்ட்ட காமிச்சுடுறேன்." என்று அந்த எஸ்எம்எஸ்ஸைக் காண்பித்தான். அதில், ''நான் உங்களைப் போன்ற ஒரு நல்ல, சிறந்த, பெண்களிடம் தவறான நோக்கத்தில் பழகாத ஆணைக் கண்டதில்லை. ஆல் தி பெஸ்ட்..." என்று இருந்தது.

"பாத்தீங்களா? ஊருல வயசுப் பொண்ணுங்கள தனியா விட்டுட்டு போனா, என்னைத்தான் துணைக்கு வச்சுட்டு போவாங்க. அப்ப ஒரு பொண்ணுக்கு பயங்கர காய்ச்சல் வந்து, என்னை கட்டிப்பிடிச்சுகிட்டு ஆ... ஊன்னு அனத்த ஆரம்பிச்சிடுச்சு. அப்ப நான் என்ன பண்ணேன் சொல்லுங்க பாப்போம்."

"என்ன பண்ணீங்க?" என்றாள் சற்றே நகர்ந்து நின்றபடி.

"அப்படியே தோள்ல தட்டி, ஜோ ஜோன்னு பாடி தூங்க வச்சுட்டேன். அதை விடுங்க... சினிமால கட்டிப்பிடிக்கிற சீன் வந்தா, கண்ண மூடிகிட்டு, ஆஞ்சநேயர் நாமம் சொல்ல ஆரம்பிச்சுடுவேன். நீங்க சினிமால கடடிப் பிடிக்கிற சீன் வந்தா என்ன பண்ணுவீங்க?"

"ம்... பக்கத்துல இருக்கிறவர கட்டிப் பிடிச்சுகிட்டு, தியேட்டர்ல உருளுவேன்."

"அய்யய்யோ..."

"ஏன் சார்... நானே டென்ஷன்ல இருக்கேன்."

"சரி... நீங்க வந்த விஷயத்தைச் சொல்லுங்க.

"மேனேஜர் ஸ்ட்ரிக்டா முடியாதுன்னுட்டாரு."

"என் நிலைமைத் தெரிஞ்சும் இப்படிச் சொல்றீங்களே? ப்ளீஸ்ங்க... எதாச்சும் அட்ஜஸ்ட் பண்ணுங்க.... இப்பதான் ஊர்லருந்து போன் வந்துச்சு. என் தம்பி வேற கீழ விழுந்து கால் ஃப்ராக்ச்சராயிடுச்சாம். அதுக்கு வேற பணம் அனுப்பணும். அப்புறம் என் தங்கச்சி வேற..." என்று சரவணன் இழுக்க... "அய்யோ... போதும். எங்க மும்பை ஹெட் ஆபிஸ்க்கு வேணும்ன்னா மெயில் அனுப்பி கேட்டுப் பாக்குறேன்" என்றாள் நிவேதா.

"தேங்க்ஸ்ங்க. இதோ வெளிய சத்தம் கேட்குது. லிஃப்ட் மெக்கானிக் வந்துட்டாரு."

மறுநாள் மாலை. சரவணன் தனியாக அறையிலிருந்தான். லேசாக மழை பெய்துகொண்டிருந்தது. யாரோ வாசலில் நிற்பது போல் நிழலாட... நிமிர்ந்தான். நிவேதா தொப்பலாக நனைந்திருந்தாள்.

"என்ன சார்... எப்ப மொபைலடிச்சாலும் எடுக்கமாட்டேங்கறீங்க? உங்களுக்கு ஒரு நல்ல செய்தி சொல்லதான் வந்திருக்கேன். எங்க

ஜிஎம், ஐநூறு ரூபாய் ஃபைனா வாங்கிகிட்டு, ஆர்டர கேன்சல் பண்ணச் சொல்லிட்டாரு."

"அப்படியா..." என்ற சரவணன் அவள் அருகில் நெருங்கி, "தேங்க்ஸ்ங்க..." என்று சொன்னபோது, ஒரு பயங்கரமான இடிச்சத்தம். சரவணன் தன் வாழ்நாளிலேயே அவ்வளவு பெரிய இடிச்சத்தத்தை கேட்டதில்லை.

அவள் பயந்துபோய் 'ஆ...' என்று அலறியபடி சரவணனைக் கட்டிப்பிடிப்பதுபோல் பாய... சரவணன், "அர்ஜுனா..." என்று கத்தியபடி பாய்ந்துபோய் கட்டிலில் ஏறி படுத்துக்கொண்டான். அப்போது மீண்டும் சத்தமாக இடி இடிக்க... நிவேதா அலறியபடி கட்டிலில் பாய்ந்து அவனை இறுக கட்டிப்பிடித்துக்கொண்டாள். "அய்யோ... ஆஞ்சநேயா... என்னை மன்னிச்சிடு" என்று சரவணன் அவளைப் பிடித்து தள்ளிவிட்டான். அப்போது மீண்டும் இடி இடிக்க... அவள் பாய்ந்து அவனை இறுக்கமாக மீண்டும் கட்டிப்பிடித்துக்கொண்டாள்.

"கடவுளே... கடவுளே... பொண்ணுதானே நீங்க? இப்படி கூச்சம், நாச்சம் இல்லாம மேல விழுறீங்களே.... நீங்க முதல்ல எழுந்திரிங்க."

"என்னங்க நீங்க... ஒரு பயத்துலதானே..." என்றாள் நிவேதா.

"அதுக்குன்னு? இங்க பாருங்க... நான் கல்யாணமாவாத கன்னிப்பையன். நீங்க பாட்டுக்கு கட்டிப் பிடிக்கிறீங்க... யாராச்சும் பாத்தா என்னாவும்? நீங்க முதல்ல பணத்தை வாங்கிகிட்டு கிளம்புங்க."

"நாளைக்கு ஆஃபிஸ்ல பணத்தக் கட்டி, ரெஸிப்ட் போட்டு கொண்டு வந்து தர்றேன்."

மறுநாள், கடற்கரை.

சரவணன், "நீங்க பாட்டுக்கு பீச்சுக்கு வரச் சொல்லிட்டீங்க. வீட்டுல பொண்ணு பாத்துகிட்டிருக்காங்க. யாராச்சும் பாத்தா விவகாரமாயிடும். சீக்கிரம் கொடுங்க" என்றான் நிவேதாவிடம்.

"இந்தாங்க ரெஸிப்ட்டு."

"ரொம்ப தாங்க்ஸ்ங்க. நான் வரேன்" என்று எழுந்தான்.

"இருங்க. உங்கள்ட்ட ஒரு விஷயம் பேசணும். உங்களுக்கு எப்படிப்பட்ட பொண்ணு வேணும்?"

"ம்... பொண்ணு பாக்க ஆரம்பிச்ச புதுசுல, ஏதோ சிவப்பா, அழகா, தெத்துப்பல் இல்லாம, பெரிய கண்ணோட, கீழுதட்டுக்கு கீழ ஒரு மச்சத்தோட, நீள கூந்தலோட இருந்தா போதும்ன்னு நினைச்சேன். மத்தபடி ஒண்ணும் பெருசா எதிர்பார்க்கலங்க..."

என்ற சரவணனை நிவேதா முறைக்க... "இல்லங்க... இப்ப பொண்ணா இருந்தாலே போதும்ங்க. ஏன் கேக்குறீங்க?" என்றான்.

"ஒண்ணுமில்ல... எனக்கு 28 வயசாகுது. உங்கள மாதிரியே குடும்ப கடமைகள முடிச்சுட்டு, மாப்பிள பாக்குறதுக்குள்ள லேட்டாயிடுச்சு. என்னை மாதிரியே நீங்களும் குடும்பத்து மேல அக்கறையா இருக்கீங்க. அப்புறம்... உங்க வெகுளித்தனமான பேச்சு... தனியா இருக்கிற பொண்ணுகிட்ட டீஸன்ட்டா நடந்துக்கிறது... எல்லாம் எனக்கு ரொம்ப பிடிச்சுப் போயிருச்சு... உங்கள கல்யாணம் பண்ணிக்கணும்னு விருப்பப்படறேன்" என்ற நிவேதா வெட்கத்துடன் தலையைக் குனிந்துகொண்டாள்.

"ஆ..." என்று அலறிய சரவணன், "அய்யய்யோ... இதென்னங்க அநியாயமா இருக்கு. இவ்ளோ அழகா இருக்குற பொண்ணுல்லாம் நமக்கு கட்டுப்படியாவாதுங்க... நான் எங்க ஊருல சாதாரணமா பாத்துக்குறேன். ஆள விடுங்க..." என்றான்.

"யோவ்..." என்று சரவணனைப் பிடித்து இழுத்து இறுக்கமாக அணைத்து, கன்னத்தில் முத்தமிட்டு, 'ஐ லவ் யூ' சொன்ன நிவேதா, "நான் ஓகேவா? என்ன சொல்றீங்க?" என்றாள்.

"அய்யய்யோ... என்னங்க நீங்க? இப்படி பப்ளிக்ப்ளேஸ்ல கன்னத்துல எல்லாம் முத்தம் கொடுத்துகிட்டு... இந்த மாதிரி பொண்ணுல்லாம் எனக்கு வேணாங்க" என்றான்.

அதற்கெல்லாம் அசராமல் நிவேதா, "யோவ்..." என்று மீண்டும் பாய்ந்து அவன் உதடுகளைக் கவ்விக்கொண்டாள். இரண்டு நிமிடம் உதடுகளை எடுக்கவே இல்லை.

அவள் விலகிக்கொள்ள... படு பயங்கர கிக்காகியிருந்த சரவணன், அப்படியே அவளை வெறித்துப் பார்த்துக்கொண்டிருந்தான்.

உதடுகளைத் துடைத்தபடி, "இப்ப என்ன சொல்றீங்க? ஓகேவா?" என்றாள்.

"கல்யாணம் பண்ணா தினம் இந்த மாதிரி பண்ணுவீங்களா?"

"வேற வேலை?"

"அப்ப சரிங்க. ஆனா உங்க கூந்தல்தான் கொஞ்சம் குட்டையா இருக்கு..." என்று கூற... "யூ..." என்று பாய்ந்து அவன் சட்டையைப் பிடித்து உலுக்கினாள் நிவேதா.

குடும்ப நாவல்
1.9.2017

4

இரவில் ஊருக்கு வந்தவன்

▼

நான் பாலு வீட்டு முன்பு காரிலிருந்து இறங்கியபோது இரவு மணி மூன்று. காவிரியில் குளித்துவிட்டு, பாதங்களில் நீர் சொட்ட சொட்ட எத்தனையோ காலைகள் நான் நடந்த ஊருக்கு, நண்பர்களுடன் ஆயிரமாயிரம் கதைகள் பேசி, சிரித்து திரிந்த ஊருக்கு ஒரு திருடன் போல் இரவில் வந்து இறங்கியிருக்கிறேன். விடிவதற்குள் வந்த வேலையை முடித்துக்கொண்டு, யார் கண்ணிலும் படாமல் கிளம்பவேண்டும்.

நான் கார்க்கதவை அடித்துச் சாத்தியபோது, இரண்டு, மூன்று தெரு நாய்கள் என்னைப் பார்த்து பலவீனமாக குரைத்துவிட்டு ஓய்ந்தன. சாலையோர சாக்கடையிலிருந்து தவளைகளின் கொர் கொர் சத்தம். புதிதாக பெயின்ட் அடித்திருந்த சிவன் கோயில் கோபுரம், மின்விளக்கு வெளிச்சத்தில் வண்ணமயமாக மின்னியது.

பாலு வீட்டின் உள்ளே லைட் எரிந்தது. நான் வீட்டுப் படியேறுதற்குள் கதவைத் திறந்துகொண்டு வெளியே வந்தான் பாலு. புன்னகையுடன் என் கையைப் பிடித்துக்கொண்டு, “வாடா சேது...” என்றான்.

“ராஜா மாதிரி சுத்தி வந்துட்டிருந்த ஊருக்கு, ஊர விட்டு ஓடிப்போன கடன்காரன் மாதிரி நடுராத்திரி வந்துருக்கன்டா” என்று சொன்னபோது என் குரல் தழுதழுத்தது. ”சீ... என்னது... சின்னப்பையன் மாதிரி” என்று என்னை அணைத்துக்கொண்ட பாலுவின் குரலும் உடைந்திருந்தது. பாலு... பள்ளிக்காலம் முதல் என் நண்பன். உள்ளூரிலேயே வாத்தியாராக இருக்கிறான்.

வீட்டினுள் நுழைந்தவுடன், தூக்கக் கலக்கத்திலிருந்த பாலுவின் மனைவி சுமதி, “வாங்கண்ணன்...” என்று என் கையிலிருந்த பேகை வாங்கிக்கொண்டாள்.

“ம்... நல்லாருக்கியாம்மா?”

"நல்லாருக்கண்ணன். வீட்ல எல்லாரும்..."

"என்னைத் தவிர எல்லாரும் நல்லா இருக்காங்க" என்றவுடன் சுமதியின் முகம் மாறியது. "பசங்கள்ல்லாம்..." என்று நான் இழுக்க... "ரூம்ல தூங்கிட்டிருக்காங்க. எழுப்பலாம்ண்ணன். இவருதான் நீங்க வந்தது யாருக்கும் தெரியக்கூடாதுன்னு சொன்னாரு" என்று சுமதி கூற... நான் அமைதியானேன். சுமதி பேச்சை மாற்றும் விதமாக, "உங்களுக்கு பாதி முடி நரைச்சுடுச்சுண்ணன்" என்றாள்.

"நாப்பத்து நாலு வயசானா நரைக்காம? உன் புருஷன் டை அடிச்சு மறைச்சுட்டான்" என்றதற்கு சுமதி மெலிதாக புன்னகைத்தாள்.

"டேய்... பேச்சு சத்தம் கேட்டா, பசங்க முழிச்சுருவாங்க. நாம பின்னாடி ஆத்தங்கரைல நிப்போம்" என்றான் பாலு.

நான் பேண்ட்டிலிருந்து மாறி, வேட்டி கட்டிக்கொண்டேன். பாலு கொல்லை வாசல் கதவைத் திறக்க... விசுக்கென்று காவிரி காற்று முகத்தில் பட்டவுடன், மிகவும் ஆறுதலாக இருந்தது.

"ரொம்ப நாள் கழிச்சு காவிரி காத்து" என்றபடி கொல்லை வாசல்படியில் இறங்கினேன். கொல்லைப் பக்கம் காற்றில் சலசலத்துக்கொண்டிருந்த வாழைமரங்களைப் பார்த்துவிட்டு, "இன்னும் வாழைல்லாம் போடுறியா?" என்றேன்.

"ம்... பெருசா லாபம் ஒண்ணும் கிடையாது. பழக்கம்... விடமுடியல..."

ஆற்றுக்குப் போகும் ஒற்றையடிப் பாதை தெரிந்தது. பாலு டார்ச் அடித்தபடி முன்னால் நடக்க, நான் பின்னால் நடந்தேன். சில் வண்டுகளின் சத்தம், அந்த இரவின் அடர்த்தியை இன்னும் அதிகரித்தது. பாதை முடிந்தவுடன் ஓவென்று விரிந்து கிடந்த வெற்று மணல் காவேரியைக் கண்டவுடன், மனதில் ஒரு அலையடித்து ஓய்ந்தது. எதிர்கரை மூங்கில் தோப்பிலிருந்து வினோதமான ஓசையில் சத்தம் எழுப்பிய காற்று, "நல்லாருக்கியா சேது?" என்று கேட்டது. அரை நிலா வெளிச்சத்தில் தெரிந்த ஆற்று மணலில், என்றோ, எங்கிருந்தோ அடித்துக்கொண்டு வந்த ஒரு சிவப்பு நிற புடவையும், வேட்டியும், துண்டுகளும் காற்றில் படபடத்துக்கொண்டிருந்தன.

சட்டைப்பையிலிருந்து சிகரெட் பாக்கெட்டை எடுத்தேன். சிகரெட்டை எடுத்து பற்ற வைத்துக்கொண்டு காவிரி மணலைப்

பார்த்தேன். தண்ணீர் கரை புரண்டு ஓடும் ஆகஸ்ட் மாதத்தில் நீரில் ரப்பர் பந்தை வீசி விளையாடியது... தண்ணீரில்லா நாட்களில் மணலில் கபடி விளையாடியது... என்று இந்த ஆற்றின் ஒவ்வொரு மணல் துகளிலும் என் ஞாபகங்கள் இருந்தன.

"நம்ப சின்ன பிள்ளையாவே இருந்துருக்கணும் பாலு..." என்றேன் புகையை விட்டபடி.

"ஆமான்டா... நம்ம வாய்க்கால் பாலத்துல உக்காந்து பேசிட்டிருந்த 20 வயசுல அப்படியே வாழ்க்கை நின்னுருக்கணும்."

"அதுக்குப் பின்னாடி ஒரு நிமிஷம் கூட நகர்ந்துருக்கக்கூடாது. நிர்மலா ட்யூஷனுக்கு வாய்க்கா பாலம் வழியா சைக்கிள்ல போவா. அவளப் பாக்குறதுக்கு, பத்து பேரு உக்காந்திருப்போம்" என்றேன் புன்னகையுடன்.

"இப்ப நிர்மலா ஹெச்எம்மாயிட்டாடா..."

"அப்படி போடு..." என்ற நான் கரையோரம் சலசலத்துக்கொண்டிருந்த தென்னைமரங்களைப் பார்த்தபடி, "நம்ம தென்னந்தோப்புல கள் குடிச்சு மயங்கி கிடந்தது... ஆடி மாசம் தண்ணி திறந்தவுடனே, கண்ணு சிவக்க சிவக்க ஆத்துல குளிச்சுட்டு, திருச்சி காவேரி தியேட்டர்ல "ஓர்மனிக்கான் ஒரு சிஸ்ரம்" மலையாளப் படம் பாத்துட்டு வந்தது... அன்னைக்கி தியேட்டர்ல என்னா கும்பல் இல்ல? ஞாபகமிருக்கா?"

"கும்பல்ல அந்த ஏரியாவே ட்ராஃபிக் ஜாமாயி, போலீஸ் வந்துடுச்சுல்ல? அவ்ளோ கும்பல்ல செல்வராஜ்தான் நமக்கு டிக்கெட் வாங்கி கொடுத்தான்."

"இப்ப செல்வராஜ் எங்கடா இருக்கான்?"

"திருப்பூர்ல பனியன் கம்பெனில இருக்கான். தீபாவளிக்கு வந்துட்டுப் போனான்."

"காவிரி கரைக்காரன், திருப்பூருக்கு பொழைக்கப் போறான். ம்ஹ்ம்... எல்லாம் போச்சு" என்ற நான் பெருமூச்சுவிட்டபடி, "அக்கா எத்தனை மணிக்கு வர்றன்னு சொல்லியிருக்கு?" என்றேன்.

"நாலு மணிக்கு" என்றவுடன் நான் மேற்கொண்டு ஒன்றும் பேசாமல் காவிரியைப் பார்த்தேன்.

"நீ இரு. காப்பி எடுத்துட்டு வரேன்" என்று பாலு எழுந்தான். காவிரியைப் பார்க்க பார்க்க கண்கள் கலங்கின. கண் முன்னிருந்த மணல் மெல்ல, மெல்ல மறைந்தது.

காவிரி கரை புரண்டு ஓடிய ஒரு நாளில், அக்கா எனக்கு நீச்சல் கற்றுக்கொடுத்துக் கொண்டிருந்தபோதுதான் பொன்னம்மாக்கா வந்து விஷயத்தைச் சொன்னார்.

அப்போது எனக்கு பத்து வயதிருக்கும். அக்காவுக்கு 17 வயதிருக்கும். அரசமரத்தடி படித்துறையில் அக்கா எனக்கு நீச்சல் கற்றுக்கொடுத்துக்கொண்டிருந்தார். அக்கா கைகளை விட்டவுடன், நான் தபதபவென்று இரண்டடி கடந்துவிட்டு, அப்படியே நீரில் மூழ்கி நீரைக் குடித்தேன். என்னைத் தூக்கிய அக்கா, "கால அடின்னு எத்தனைத் தடவைச் சொல்றது?" என்றார். நான் குடித்த தண்ணீரை மூக்கில் சளியாக சிந்தினேன். அப்போது பின்னாலிருந்து சிரிப்பு சத்தம் கேட்க... திரும்பி பார்த்தோம்.

அரசமரத்து மேடை பிள்ளையார் கோயிலுக்கு வாரம் ஒரு முறை பூஜை செய்யும் ஃப்ரீலான்ஸ் குருக்கள் குடத்தில் காவிரி நீரை மொண்டபடி, "டேய்... நீச்சல் கூட உங்கக்காதான் கத்து தரணுமா?" என்று கேட்க... நான் வெட்கத்துடன் சிரித்தேன். அப்போது என் அக்காவின் அருகில் நின்றுகொண்டிருந்த மலர் அக்கா, "ஆ..." என்று என் அக்காவின் மீது சாய... "நாயே... என்னடி?" என்றாள் அக்கா. "மீன் கடிக்குதுடி..." என்ற மலரக்கா பொத்தென்று நீரில் விழுந்து நீந்துவதைப் பார்க்க எனக்கு பொறாமையாக இருந்தது.

அரசமரத்து மேடையிலிருந்து "பானு..." என்ற குரல் கேட்க... அக்கா நிமிர்ந்து பார்த்தாள். பொன்னம்மாக்கா. படிக்கட்டில் புடைவைக்கு சோப்பு போட்டுக்கொண்டிருந்த தேன்மொழியக்கா, "பொன்னம்மாக்கா அழுவுற மாதிரி இருக்கு..." என்றபடி பரபரப்பாக எழ... நாங்களும் வேகமாக படியேறினோம்.

நாங்கள் மேடையில் ஏறியவுடனேயே பொன்னம்மாக்கா, "எல்லாம் போயிடுச்சுடி..." என்று தலையில் அடித்துக்கொண்டு பெருங்குரலெடுத்து அழ... எங்களுக்கு ஒன்றும் புரியவில்லை. என் அக்காவும், தேன்மொழி அக்காவும் ஆடைகள் மாற்றிக்கொள்ள மரத்தடிக்கு அந்தப் பக்கம் சென்றனர். என்னைக் கட்டிப்பிடித்தபடி பொன்னம்மாக்கா, "எல்லாம் போயிடுச்சுடா... போயிடுச்சுடா..." என்று அழுதுகொண்டிருக்க... நான் விஷயம் புரியாமல், இடுப்பில் கட்டிய துண்டுடன் நின்றுகொண்டிருந்தேன்.

தாவணியை சரி செய்தபடி வந்த அக்கா, "விஷயத்தச் சொல்லிட்டு அழுக்கா" என்றவுடன், "உங்கள அனாதையாக்கிட்டு,

உங்கப்பனும், அம்மாவும் போய் சேந்துட்டாங்கடி...” என்றவுடன் நான் அதிர்ந்தேன். “அய்யோ... மகமாயி...” என்று அக்கா அலற... எனக்கு வயிற்றைப் புரட்டி, கை கால்கள் வெடவெடவென்று நடுங்கியது. திருச்சியில் ஒரு திருமணத்திற்காக, ஊரிலிருந்து பதினைந்து பேர் வேனில் சென்றிருந்தனர்.

“கல்யாணம் முடிஞ்சு வந்தப்ப, ஒரு லாரி மோதி... பத்து பேரு செத்துட்டாங்கடி...” என்றவுடன், “அம்மா... அப்பா...” என்று அக்கா அலறிய அலறல் என்னைக் கலங்கடித்தது.. “அக்கா...” என்று என் அக்காவின் கையைப் பிடித்த நான் அதன் பிறகு அக்காவின் கையை விடவே இல்லை.

திருச்சி ஜிஹெச் மார்ச்சுவரியில், அம்மா, அப்பாவின் உடல்களை அடையாளம் காட்டியபோதும், ஏதேதோ பேப்பர்களில் அக்கா கையெழுத்துப் போட்டபோதும், பத்து பிணங்களும் சேர்ந்தாற்போல் ஊரில் வந்து இறங்க... ஊரே தீ பிடித்து எரிந்தது போல் அத்தனை ஜனங்களும் அலறியபோதும், வீட்டிற்கு வந்த உறவெல்லாம் எங்களை கட்டிப்பிடித்துக்கொண்டு அழுதபோதும், அடம் பிடித்து அக்காவும் சுடுகாட்டுக்கு வந்து... நான் கொள்ளிப் போட்டபோதும் அக்காவின் கையைப் பிடித்துக்கொண்டேதான் இருந்தேன்.

“கடைசி வரைக்கும் நாங்க இருக்கோம். ஒண்ணுக்கும் கவலைப்படாதீங்க” என்ற உறவுகள் பத்தாம் நாள் காணாமல் போய், நானும், அக்காவும் மட்டும் வீட்டில் தனித்திருந்த அந்த இரவு இன்னும் என் நினைவில் உள்ளது. அம்மா, அப்பா புகைப்படத்துக்கு முன்னால் விளக்கெரிய... அக்காவின் கண்களிலிருந்து நீர் வழிந்துகொண்டிருந்தது.

“ஏன்க்கா... எல்லாரும் போய்ட்டாங்க?” என்றேன்.

“எல்லாரும் அவங்கவங்க வேலையப் பாக்கணும் இல்ல. அவங்க போனா என்ன? சேதுவுக்கு நான் இருக்கன்டா. எனக்கு நீயிருக்க... வேற யாரும் வேண்டாம்...” என்றாள். சொன்னபடியே இருந்தாள்.

குடியிருந்த அந்த சின்ன ஓட்டு வீட்டைத் தவிர வேறு சொத்துகள் கிடையாது. அப்பா, திருச்சி சின்னக்கடைவீதியில் ஒரு ஜவுளிக்கடை வாசலில் இறக்கும் வரையில் ஜாக்கெட்டுகள் மட்டுமே தைத்துக் கொடுத்துக்கொண்டிருந்த ஏழை டெய்லர். அப்பா இறந்த இருபதாம் நாள், வீட்டில் உலை வைக்க அரிசி இல்லை. சொந்தங்களுக்கும் பெரிதாக உதவும் அளவுக்கு வசதி

இல்லை. பத்தாவதில் அப்போதே ஐநூறுக்கு 454 மார்க் வாங்கி டாக்டர் கனவுகளுடன் ப்ளஸ் டு படித்துக்கொண்டிருந்த அக்கா, அதிகம் யோசிக்காமல் படிப்பை நிறுத்தினாள். அப்பா மெஷின் போட்டிருந்த ஜவுளிக் கடையிலேயே வேலைக்குச் சேர்ந்தாள். காலையில் எழுந்து சமைத்து, என்னை சைக்கிளில் கொண்டு போய் பள்ளியில் விட்டுவிட்டு, பாசஞ்சர் ரயிலில் திருச்சிக்குச் செல்வாள்.

நான் எட்டாவது படிக்கும்போது, எப்போதும் என் நினைவிலேயே இருந்த அக்காவின் நினைவில் வேறொருவனும் வந்தான். எதிர்வீட்டுக்கு புதிதாக குடிவந்த ஹெட்மாஸ்டர் மகன் அருண். தஞ்சாவூரில் ஏதோ அரசு வேலையில் இருந்தான். சனி, ஞாயிறுகளில் வீட்டுக்கு வருவான். அந்த சனி, ஞாயிறுகளில் ஒரு புதிய அக்கா பிறந்தாள்.

சனிக்கிழமையானால், காலையில் சீக்கிரமே எழுந்து குளித்துவிட்டு நிலைகொள்ளாமல் வீட்டுக்கும், தெருவுக்கும் நடந்துகொண்டேயிருந்தாள். சந்தேகத்துடன் நான் ஜன்னலருகில் அமர்ந்து படித்தபடி பார்த்துக்கொண்டிருப்பேன். அப்போது தோளில் பேகுடன் தெருமுனையில் தெரிந்த அருணைப் பார்த்தவுடன், அக்காவின் கண்கள் தீப்பற்றி எரிந்தது போல் ஒளிர்வதை புரியாமல் பார்ப்பேன். அருணும் ஒரு பிரத்யேகப் புன்னகையை வீசிவிட்டுச் செல்வான். ஞாயிற்றுக்கிழமை மாலைகளில் என்னை வீட்டில் விட்டுவிட்டு அக்கா எங்கோ தனியாகச் சென்று வந்தாள்.

ஒரு நாள் காவிரி ஆற்று நீரில் போர்வையை அலசி, ஆளுக்கு ஒரு முனையைப் பிடித்து முறுக்கிக்கொண்டிருந்தபோதுதான் அக்கா சொன்னாள்.

"சேது... எதிர்வீட்டு அருணப் பாத்துருக்கியா? எப்படியிருக்காரு?"

"நல்லாருக்காரு. ஏன் கேக்குற?" என்றேன் சிரிப்புடன்.

"என்னைக் கல்யாணம் பண்ணிக்கிறன்ங்குறாரு. நம்மாளுங்கதான். கல்யாணமாய்ட்ட பிறகு, நம்ம எல்லாரும் ஒண்ணா இருக்கலாம்ன்னு சொல்லிட்டாரு. உன்னைக் கேட்டுச் சொல்றன்னு சொல்லியிருக்கேன்" என்றபோது நான் போர்வையை முறுக்குவதை நிறுத்தினேன். அக்காவுக்கு திருமணமாகிவிட்டால், வேறு யாருமில்லாத என் மீது அக்கா பழைய பிரியம் செலுத்துவாளா? அவளுக்கு குழந்தை பிறந்துவிட்டால், அதே போல் என்னையும் பார்த்துக்கொள்வாளா? என்று தோன்ற.... எனது சிரிப்பு நின்றது. அத்துடன் அக்காவின் சிரிப்பும் நின்றது.

அன்று மாலை சிவன் கோயில் குளத்தருகில் அருணுடன் பேசிவிட்டு வந்த அக்கா, அறையில் அழுதுகொண்டிருப்பதைப் பார்த்தேன். ஆறே மாதங்களில் அருணின் திருமணம் நடந்தது. எங்கள் வீட்டுக்கும் பத்திரிகை வைத்திருந்தார்கள். அருணின் கல்யாணம் நடந்தபோது அக்கா என்னை அழைத்துக்கொண்டு, திருக்காட்டுப்பள்ளி பெரியம்மா வீட்டுக்குச் சென்றுவிட்டார். உள்ளுக்குள் எனக்கு சிறிது வருத்தமாக இருந்தாலும், அந்த வயதில் அக்காவுடைய இழப்பின் தீவிரம் புரியவில்லை.

அதன் பிறகு நான் பள்ளிப்படிப்பு முடித்து, பிஇ சிவில் படித்து, பெங்களூரில் ஒரு பெரிய நிறுவனத்தில் வேலைக்குச் சேரும் வரையில் அக்காவிடம் எந்த சலனமும் இல்லை. 29 வயதாகியிருந்த அக்கா ஊரில் ஃபேன்ஸி கடை வைத்திருந்த மாமாவை மணந்துகொண்டாள். அடுத்த வருடமே ஒரு பெண் குழந்தைக்கு தாயானாள். நான் மாதாமாதம் அக்காவைப் பார்க்க ஊருக்கு வந்துவிடுவேன். 27 வயதில், கவிதாவுடன் எனக்கு திருமணமாகும் வரையில் எல்லாம் நன்றாகத்தான் போய்க்கொண்டிருந்தது.

கவிதா... அக்கா பார்த்து வைத்த பெண்தான். எங்கள் ஊர் ரைஸ்மில் அதிபரின் மகள். வாழைத்தோப்பு, தென்னந்தோப்பு என்று ஏராளமான சொத்துகள். பெரிய இடம் என்று நான் சற்று யோசித்தேன். ஆனால் அக்காதான் என்னை வற்புறுத்தி திருமணம் செய்து வைத்தாள். திருமணமாகி பத்து நாளைக்குப் பிறகு பிரச்சனைகள் ஆரம்பித்தது. நான் தினமும் இரவு, அக்காவிற்கு ஃபோன் செய்து பேசுவது கவிதாவிற்கு பிடிக்கவில்லை.

“அதென்ன தினம் அக்கா கூட ஃபோன்ல பேச்சு?” என்ற கவிதாவை முறைத்தபடி, “ஏன் பேசினா என்ன?” என்றேன். மேற்கொண்டு கவிதா ஒன்றும் பேசவில்லை. ஆனால் அடுத்த வாரம் அக்காவைப் பார்க்க ஊருக்கு கிளம்பியபோது கவிதா மீண்டும் பிரச்னை செய்தாள்.

“இப்ப எதுக்கு திடீர்னு?”

“நான் ஒவ்வொரு மாசமும் அக்காவ போய் பாத்துட்டு வருவேன் கவிதா.”

“மாசா மாசமா?அப்ப கல்யாணமாவாம இருந்தீங்க. போய்ட்டு வந்தீங்க. இப்பதான் நான் வந்துட்டேன்ல.”

கவிதாவை நெருங்கி அவளை உற்றுப் பார்தத நான், “கவிதா... நான் வானத்துல இருந்து குதிச்சு நேரா உன் புருஷனா வந்துடல. அதுக்கு முன்னாடி எனக்கு ஒரு வாழ்க்கை இருந்துச்சு. அதுல தெய்வம் மாதிரி என் அக்கா இருந்தாங்க.”

“இருக்கட்டும். அதுக்குன்னு ஒவ்வொரு மாசமும் போய்ப் பாக்கணுமா?”

“பாத்தா என்ன? நீயும்தானே வர. நீ வேணும்ன்னா போய் உங்க வீட்டுல இரு” என்றவுடன் ஒன்றும் பேசாமல் கிளம்பி வந்தாள். ஆனாலும் அவ்வப்போது பிரச்னை செய்துகொண்டேயிருந்தாள். நான் அக்கா மீது மிகவும் பாசமாக இருப்பது, அவளை உறுத்திக்கொண்டே இருந்தது. அடுத்த மாதம் கிளம்பியபோது மீண்டும் ஆரம்பித்துவிட்டாள்.

“இது என்னது? மாசா மாசம் வேண்டுதல் மாதிரி. இனிமே எதாச்சும் விசேஷம்ன்னு போனா போதும்.”

“அதை நான்தான் முடிவு பண்ணனும்.”

“எல்லாத்தையும் நீங்களே முடிவு பண்ணமுடியாது. இப்ப நான் எங்க வீட்டுல யாரையும் பாக்காம இல்ல?”

“உங்க வீட்டுலயும், எங்கக்காவும் ஒண்ணு கிடையாது கவிதா.”

“ஏன் அவங்க என்ன பெரிய மகாராணியா?” என்று சொல்லி முடிப்பதற்குள் நான் அவளை அடித்திருந்தேன். அதிர்ந்துபோய் என்னைப் பார்த்த கவிதாவின் கண்களில் குரோதம் தெரிந்தது.

“அவ்ளோ பெருசுன்னா, உங்கக்காவையே கல்யாணம் பண்ணியிருக்கவேண்டியதுதானே?” என்று கவிதா கூறி முடித்த அடுத்த வினாடி நான், அவள் கழுத்தை நெரிக்க ஆரம்பித்திருந்தேன். அவள் விழிகள் பிதுங்கிய பிறகுதான் கையை விட்டேன். “வயிறெரிஞ்சு சொல்றன்டி. நீ நல்லா இருக்கமாட்டடி...” என்ற நான் வீட்டை விட்டு வெளியே வந்தேன்.

அல்சூரிலிருந்த ஒரு நண்பன் அறையில் தங்கிவிட்டு, மறுநாள் காலை பத்து மணிக்கு மேல் வந்தபோது, வீட்டு வாசலில் என் மாமனாரின் அம்பாஸிடர் கார் நின்றிருந்தது.. வீட்டினுள் மாமனார், மாமியார், சின்னமாமனார், மச்சான்கள் என்று ஏகப்பட்ட கும்பல் உட்கார்ந்திருந்தது. அவர்களுடன் அக்காவும், மாமாவும் நின்றுகொண்டிருப்பதைப் பார்த்தவுடன் பகீரென்றது. என்னைப் பார்த்தவுடன் ஓடி வந்து என் சட்டையைப் பிடித்த அக்கா, “பொம்பள வளர்த்த பையன்... பொம்பளபிள்ளைகிட்ட கை நீட்டுறியே... வெக்கமா இல்ல?” என்றாள். நான் பதில் ஒன்றும் சொல்லவில்லை.

“நீ என்னைப் பாக்க வரலன்னா, ஒண்ணும் குடிமுழுகிடாது. உனக்குன்னு ஒருத்தி வந்துட்டா… அப்புறமும் அக்கா, அக்கான்னுகிட்டு…” என்ற அக்காவிற்கு குரல் அடைத்து பேச்சு நின்றது.

“ஆஹா… என்னா நடிப்பு? தினம் ஃபோன்ல பேசி, ஊருக்கு வரச்சொல்லி எங்களுக்குள்ள சண்டை மூட்டி விட்டுட்டு, இப்ப யோக்கியம் மாதிரி பேசுறதப் பாரு…” என்று கவிதா கூற… அக்கா அதிர்ந்தாள்.

“நான் ஏன்ம்மா உங்களுக்குள்ள சண்டை மூட்டப்போறேன்? என் தம்பி நல்லா வாழணும்ன்னுதான்ம்மா நினைப்பேன்” என்றதற்கு கவிதா பதில் ஒன்றும் சொல்லவில்லை. என்னருகில் வந்த மாமனார், “ரெண்டு பொண்ணுங்கள பெத்து வளத்துருக்கேன். ரெண்டு பேரு மேலயும் இதுவரைக்கும் என் சுண்டுவிரல் கூட பட்டதில்ல. பாத்து நடந்துகிடுங்க. என் பொண்ணுக்கு மரியாதை கொடுத்தாதான், நான் உங்களுக்கு மரியாதை கொடுப்பேன்” என்றார் மிரட்டுவது போல்.

“முதல்ல உங்கப் பொண்ண கண்டிச்சு வைங்க… எங்க அக்காவ பத்தி மரியாதையா பேசச்சொல்லுங்க” என்ற நான் கவிதா சொன்னதை சொல்லிவிடலாமா என்று நினைத்தேன். ஆனால் அக்கா மனம் கஷ்டப்படும் என்பதால் சொல்லவில்லை. குறுக்கே புகுந்த மாமா, “நடந்தத எல்லாம் விடுங்க சம்பந்தி. சேது… இனிமே நீ சும்மா சும்மா ஊருக்கு வரவேண்டாம். ஏதாச்சும் நாளு, கிழமைன்னா வந்தா போதும்” என்று முடித்து வைத்தார்.

அதன் பிறகு நான் மாதா, மாதம் ஊருக்குப் போவதை நிறுத்திவிட்டேன். ஃபோனில் பேசினாலும், “அக்காக்காரி கூட அப்படி என்ன குசுகுசுன்னு பேச்சு…” என்று அசிங்கமாக பேச… நான் ஃபோன் பேசுவதைக் குறைத்துக்கொண்டேன். எப்போதாவது கல்யாணம், காட்சிக்கு ஊருக்குப் போனால்தான் பார்ப்பது என்று ஆயிற்று. இருந்தாலும் அக்கா தொடர்பாக பல சண்டைகள். ஆயிரம் சண்டைகளுக்கு நடுவிலும் பிள்ளைகள் பெறும் வினோதமான படைப்பு மனிதப்பிறவி என்பதால், எனக்கும் இரண்டு பெண் குழந்தைகள் பிறந்தது.

மாமாவுக்கு பிசினஸில் ஏதோ நஷ்டம் என்று அக்கா என்னிடம் பணம் கேட்டாள். நான் ஊருக்குச் சென்று கொடுத்திருக்கலாம். அப்போது முக்கிய வேலையில் மாட்டிக்கொண்டிருந்ததால் நேரில் வரச்சொல்லிவிட்டேன். அப்போது நான் செய்த பெரிய தப்பு, இந்த விஷயத்தை கவிதாவிடம் சொன்னது.

"ஆத்தாடி... ரெண்டு லட்ச ரூபாயா? பா... பா... பா..."

"கத்தாதடி... அவங்க காதுல விழுந்துடப்போவுது."

விழுந்துவிட்டது. ஹாலிலிருந்த அக்கா அறைக்கு வந்து, "உனக்கு கஷ்டம்ன்னா வேண்டாம்டா. நான் ஊருல பாத்துக்குறேன்" என்றாள்.

"ஒருத்தன வளத்தோம்ன்னு, இப்படியா அட்டையா உறிஞ்சுவீங்க?" என்று கவிதா கேட்டவுடன் அக்கா திகைத்துப்போனாள்.

"இல்லம்மா... கொஞ்சம் கடன் நெருக்கடி... முடிஞ்சா கொடுன்னுதான் கேட்டேன்."

"எங்களுக்கும் ரெண்டு பொட்டப்புள்ளைங்க இருக்கு. நாளைக்கு அதுங்களுக்கு நல்லது, கெட்டது பண்ணவேணாம்?"

"கவிதா... நீ எதுவும் பேசவேண்டாம். உள்ள போ..." என்று குரலை உயர்த்தினேன்.

"என்னை ஏன் உள்ள போச்சொல்றீங்க? விட்டா வெளிய போச்சொல்வீங்க போல..." என்றவுடன் "சீ வாய மூடுடி" என்று கையை ஓங்க... அக்கா கையைப் பிடித்துத் தடுத்தாள்.

"ஆஹா... தம்பிக்காரன நல்லா தூண்டிவிட்டுட்டு, இப்ப சமாதானம் பேசறதப் பாரு."

"அம்மா கவிதா. ஏதோ கஷ்டம்ன்னு தெரியாமக் கேட்டுட்டோம். விடு தாயே. நாங்க கிளம்புறோம்..." என்றாள் அக்கா கண்களைத் துடைத்தபடி.

"நீ என்னக்கா போறது? இவள முதல்ல தலைமுழுகினாதான் நான் நிம்மதியா இருப்பேன். நீ முதல்ல போடி..." என்று கவிதாவின் கழுத்தைப் பிடித்து தள்ள, பொத்தென்று கீழே விழுந்தாள். என் மகள்கள் இருவரும், "அம்மா..." என்று கவிதாவின் மேல் பாய்ந்து அழுதன. வேகமாக எழுந்த கவிதா தலைமுடியை வாரி முடிந்துகொண்டு, "அக்காக்காரிக்காக நான் வெளியப் போவணுமா? நான் சாவுறேன். நீங்க உங்க அக்கா கூட நிம்மதியா இருங்க..." என்றவள் வேகமாக ஓடி இன்னொரு அறையில் நுழைந்து கதவைச் சாத்திக்கொள்ள... நாங்கள் பதறிப்போனோம்.

"கவிதா... கவிதா..." என்று நாங்கள் அலறினோம். ஜன்னல் வழியாக கவிதா ஃபேனில் சேலையைக் கட்டிக்கொண்டிருப்பதை பார்த்தவுடன், "அய்யோ... கடவுளே..." என்று அக்கா தலையில் அடித்துக்கொண்டு கதறினாள். நானும், மாமாவும் சேர்ந்தாற்போல் கதவை இடித்தோம். கதவு திறக்கவில்லை. குழந்தைகள் சத்தமாக

கதறின. மாமா, "சேது.... அந்த கிரைண்டர எடுத்துட்டு வருவோம்" என்று இருவரும் சமையலறைக்கு ஓடினோம். கிரைண்டரை தூக்கிக்கொண்டு வந்து வேகமாக நான்கு இடி இடித்தவுடனேயே, கதவு தாழ்ப்பாள் உடைந்து திறந்து கொண்டது. நாங்கள் உள்ளே நுழைந்தபோது கவிதா சேலையில் தொங்கிக்கொண்டிருந்தாள். நான் பாய்ந்து அவள் கால்களைப் பிடித்தேன். மாமா வேகமாக கயிற்றை அவிழ்க்க... அவள் மயக்கமாகியிருந்தாள். மூக்கில் கை வைத்துப் பார்க்க... மூச்சு இருந்தது.

மருத்துவமனையில் கவிதா பிழைத்துக்கொண்டாள். ஆனால் மறுநாள் அங்கு வந்த கவிதாவின் அப்பா, எங்கள் மேல் "வரட்சணைக் கொடுமை செய்து தற்கொலைக்குத் தூண்டியதாக" புகார் கொடுக்க... போலீஸ் எங்களை விசாரணைக்கு அழைத்துச் சென்றது. நாங்கள் உண்மையைக் கூற... அந்த போலீஸ் அதிகாரி, "நீங்க சொல்றதெல்லாம் உண்மையாவே இருக்கலாம். ஆனா வரதட்சணை கேஸ்ல ஒண்ணும் பண்ணமுடியாது. உங்கள அரெஸ்ட் பண்றதத் தவிர வேற வழியில்ல. நீங்க பொண்ணு வீட்ல பேசி கம்ப்ளைன்ட்ட வாபஸ் வாங்கச் சொல்லுங்க" என்றார்.

மருத்துவமனை அறையில், "நான் இப்ப என்ன செய்யணும்?" என்றேன் என் மாமனாரைப் பார்த்து. மாமனார் கவிதாவைப் பார்த்தார். என்னையும், என் அக்காவையும் மாறி மாறி பார்த்த கவிதா, "இனிமே அவங்க அக்கா இங்க வரக்கூடாது" என்றாள்.

"சரி..." என்றேன் நான்.

"நீங்களும் அங்க போய் பாக்கக்கூடாது. பாக்கக்கூடாதுன்னா கல்யாணம், காட்சின்னு இனிமே உங்க வாழ்நாள்ல எங்கயும் பாக்கவே கூடாது. ஃபோன்லயும் பேசக்கூடாது. இன்னைக்கி நீங்க பாத்தது, பேசுனதுதான் கடைசி..." என்று கூற நான் அதிர்ச்சியுடன் அக்காவைப் பார்த்தேன். நான் பேச வாய் திறக்க... சடாரென்று அக்கா, "அவ்ளோதானேம்மா... இனிமே நாங்க பேசமாட்டோம். பாக்கமாட்டோம். போதுமா?"

"அக்கா... அவ சொல்றான்னு..."

"வேண்டாம்டா... போதும். உறவுன்னா சந்தோஷமா இருக்கத்தான். ஒரு உறவால அந்த சந்தோஷம் கெடுதுன்னா அந்த உறவே வேண்டாம். செத்துப் போனா எல்லா உறவும் ஒருநாள் முடியத்தான் போவுது. நம்ம அம்மாப்பா செத்து நாம வாழல? அந்த மாதிரி நினைச்சுக்க."

"அக்கா... எப்படிக்கா சுத்தமா பாக்காம?"

பலவீனமாக படுக்கையில் படுத்திருந்த அந்த நிலையிலும் கவிதா, "ஏன் பாக்காம இருந்தா குடியா முழுகிடும், அவங்க என்ன உங்க

அக்காவா? என் சக்களத்தியா?" என்று கேட்க... நாங்கள் அத்தனை பேரும் அதிர்ந்துபோனோம். அடிப்பதற்கு கூட வழியில்லாது நான் திகைத்துப் போய் நின்றேன். மாமா உடனே வெளியே சென்றுவிட்டார். கண்கலங்க சில வினாடிகள் என்னைப் பார்த்த அக்கா, ஒரு வார்த்தை கூட பேசவில்லை. பிறகு கண்ணோரம் கண்ணீர் வழிய, "நான் போயிடுறன்ம்மா. இனிமே ஜென்மத்துக்கும் பாக்கமாட்டேன். மறுபடியும் நீ அசிங்கமா ஏதும் பேசிடாதம்மா" என்றபடி என்னைப் பார்த்தவள் சட்டென்று தலையைக் குனிந்துகொண்டார்.

ஒன்றும் செய்யமுடியாமல் கையாலாகாத நிலையில் இருந்த நான், "எனக்கு மட்டும் ஏன்க்கா இப்படி ஒரு பொண்டாட்டி?" என்று தலையில் அடித்துக்கொண்டு அழ ஆரம்பித்தேன்.

"சேது... நம்ப ரெண்டு பேரும் ஒரே அப்பனுக்கு பொறந்திருந்தா இனிமே நம்ம பாத்துக்கக்கூடாது. பாத்துகிட்டாதான் பாசமா என்ன? எனக்கு நீ நல்லா இருக்கணும். அவ்வளவுதான்..." என்ற தடதடவென்று வெளியேற... வாழ்க்கையே வெறுத்துப் போய் நின்றேன்.

13 வருடங்கள் ஆகிறது. அதற்கு பிறகு இன்று வரையிலும் அக்காவை பார்க்கவே இல்லை. ஊர்ப் பக்கம், தெரிந்தவர்கள் வீட்டு கல்யாணம், விசேஷம் என்று எதற்கும் வந்ததில்லை. கவிதாவுக்கு தெரியாமல் ஊருக்கு வந்தால் கூட, என் மாமனாரும் அதே ஊர்தான் என்பதால், எப்படியும் அவருக்கு தகவல் போய்விடும் என்று ஊருக்கே போவதில்லை. பாலுவின் சகலை ஒசூரில் இருந்தான். பாலு சகலை வீட்டுக்கு ஒசூருக்கு வரும்போது அவனைச் சென்று பர்த்து நலம் விசாரிப்பதோடு சரி. அந்த சண்டைக்குப் பிறகு இப்போதுதான் ஊருக்கு வருகிறேன்.

எதிர்கரை மூங்கில் தோப்பிலிருந்து குயில்கள் கூவும் சத்தம் கேட்டது. தோப்பிலிருந்து திடீரென்று கும்பலாக பறந்துவந்த காகங்கள், வானத்தைப் பார்த்துவிட்டு இன்னும் விடியவில்லை என்று மீண்டும் கூடுகளுக்குத் திரும்பின. அருகில் காபி குடித்து வைத்த டம்ளர் காய்ந்துகொண்டிருந்தது. ஒரு சிகரெட்டை எடுத்து பற்ற வைத்துக்கொண்டு நானும், பாலுவும் ஆற்று மணலில் இறங்கினோம். செருப்பின்றி வெறும் மண்ணில் நரநரவென்று நடந்தபோது சுகமாக இருந்தது. காற்றில் பறந்த வேட்டி நுனியை தூக்கிப் பிடித்துக்கொண்டு, "மனைவிங்கிற ஒரே ஒரு உறவுக்காக, மத்த எல்லா உறவையும் அறுத்து விடுறதுக்கு பேருதான் கல்யாணமா பாலு?" என்றேன்.

"ம்ஹ்ம்..." என்று பெருமூச்சுவிட்ட பாலு, "ஆம்பளையா பொறந்த எல்லாருக்கும் இந்த பிரச்னை இருக்கு சேது. என்னையவே எடுத்துக்க. உள்ளூர்லயே இருக்கேன். ரெண்டு தெரு தள்ளிதான் அம்மாப்பா இருக்காங்க. சேந்து வாழ முடியல. அம்மாக்களுக்கு, மகனுக்கு கல்யாணம் ஆன பிறகு அவன் மகன் இல்ல. மருமகளோட புருஷன். பொண்டாட்டிங்களுக்கு புருஷன், புருஷன் இல்ல. மாமியாரோட மகன். ரெண்டு பேரும் சேர்ந்து நம்ம தலைய உருட்டி சாவடிக்கிறாங்க."

"தனியா இருந்தாலும் அப்பப்ப பாத்துக்கிறீங்கள்ல? எனக்கு அதுக்கு கூட வழியில்லாமப் போச்சு பாலு. கல்யாணமாயி பத்து நாள் ஹனிமூனுக்கு கூர்க் போய்ட்டு வந்தோம். அந்த பத்து நாட்கள்தான் என் வாழ்க்கைல சந்தோஷமான நாள் பாலு. அதுக்குப் பிறகு, கவிதாவப் பத்தி நினைச்சுப் பாக்க ஒரு சந்தோஷமான நினைவுக் கூட இல்ல. சின்ன வயசுல... பணம் சம்பாரிச்சா, எல்லாம் கஷ்டமும் சரியாயிடும்னு நினைச்சேன். இப்ப நிறைய பணம் இருக்கு. ஆனா அதால வீட்டுல சந்தோஷத்த வாங்கித் தர முடியல.. ஒரு நாள் பேங்ளூர்ல ஒரு கல்யாண ரிசப்ஷன்ல, நான் என் ஆபிஸ் ஃப்ரண்டஸ்ங்க கூட சிரிச்சு பேசிகிட்டு இருக்கறத பாத்துட்டு என் பெரிய பொண்ணு கேட்டா, "நீங்க இப்படி சிரிச்சு பேசி நான் பாத்ததேயில்ல. வீட்ல ஏன் இப்படி இருக்கிறதுல்ல?'ன்னு. அங்க உங்கம்மா இருக்கான்னு நான் எப்படி சொல்றது பாலு?"

இப்போது வானம் லேசாக விடிய ஆரம்பித்திருந்தது. அப்போது பாலு வீட்டு கொல்லைப்பக்கத்திலிருந்து ஆற்று மணலில் ஒரு பெண் உருவம் இறங்கி நடந்து வருவது தெரிந்தது.

"யார்ரா அது? உன் ஒய்ஃபா?"

"இல்ல... உங்கக்கா..." என்றபோது என் அடிவயிற்றில் ஒரு பந்து போல் உருண்ட உணர்வுக்கு திருச்சி பெயர் தான் பாசமா?

நான் திரும்பி அக்காவை நோக்கி நடந்தேன். அக்காவின் தலைமுடி ஏகத்துக்கு நரைத்திருந்தது. முதிர்ந்த தளர்ந்த நடை... என்னைப் பார்த்தவுடன் அக்கா நின்றுவிட்டாள். முகத்தில் கலவையாக உணர்ச்சிகள். அருகில் நெருங்கியவுடன், "அக்கா..." என்று வேகமாக அடியெடுத்து வைத்தேன். அக்கா அசையாமல் அப்படியே நின்றிருந்தாள். அவள் அருகில் சென்ற நான், தாங்கமுடியாமல் "அக்கா" என்று அழ ஆரம்பித்தேன். அடுத்த வினாடியே அக்காவும்,"சேது..." என்று என்னைக் கட்டி அணைத்தபடி அழ ஆரம்பித்தாள். நாங்கள் அழுது ஓய்ந்து பேச ஆரம்பிக்க ஐந்து நிமிடமானது. பாலு எங்களைத் தனிமையில் விட்டுவிட்டுச் சென்று விட்டான்.

“சேது... எப்படிரா இருக்க?”

“நல்லால்ல அக்கா... நல்லால்ல... உங்கள எல்லாம் நோகப் பண்ணிட்டு எப்படிக்கா நல்லாருப்பேன்?”

“சேது... அவங்கவங்களுக்குன்னு ஒரு வாழ்க்கைய கடவுள் விதிச்சிருக்கான். அது நல்லதோ, கெட்டதோ, அதுப்படி வாழ்ந்துட்டுப் போறத தவிர நமக்கு வேற வழியே இல்ல சேது....” என்ற அக்கா கண்களைத் துடைத்துக்கொண்டு, “பொண்ணுங்க என்ன படிக்கிறாங்க?” என்றாள்.

“மூத்தவ ஒன்பதாவது, அடுத்தவ ஆறாவது...”

“கவிதாவுக்கு நீ இங்க வரக்கூடாது சரி... கவிதா கூட ஒரு கல்யாணம் காட்சின்னு பிள்ளைங்களோட இந்தப் பக்கம் வர்றதில்லையே?”

“அப்புறம் பிள்ளைங்களுக்கு உன் உறவு ஒட்டிக்கிச்சுன்னா?”

“கவிதா அப்படி ஒரு வார்த்தைச் சொன்ன பிறகு, இப்பக்கூட உன்னைப் பாக்கக்கூடாதுன்னுதான் நினைச்சேன். ஆனா நேத்து ராத்திரி பாலு வந்து, இந்த மாதிரி வந்துகிட்டிருக்கான்னு சொன்ன பிறகு மனசு கேக்கலடா. இப்ப எதுக்கு திடீர்னு வந்த?”

“ஏன்க்கா... உன் பொண்ணுக்கு கல்யாணம் வச்சுருக்க... என்கிட்ட ஒரு வார்த்தைச் சொல்லலியே...”

“உனக்கு யார் சொன்னா?”

“ரெண்டு நாளைக்கு முன்னாடி ஃபோன் பண்ணியிருந்தப்ப பாலு சொன்னான். மாப்ள என்னக்கா பண்றாரு?”

“திருச்சி கவர்மென்ட் ஆஸ்பத்திரில கிளார்க்கா இருக்காரு. நல்ல ஜனங்க”

“ரொம்ப சந்தோஷம்க்கா. நிறைய செலவாகுமே... பணத்துக்கெல்லாம் என்ன செய்றக்கா?”

“அதெல்லாம் ஒரு பிரச்னையும் இல்ல... சேத்து வச்சிருந்தேன்” என்றபோது அக்கா என் கண்களை சந்திக்கவில்லை.

“ஏன்க்கா பொய் சொல்ற? நீ காசுக்காக, கந்துவட்டிக்காரன்கிட்ட எல்லாம் கையேந்திகிட்டு நிக்குறன்னு பாலு ஃபோன்ல சொன்னப்ப எனக்கு எப்படி இருந்துச்சு தெரியுமா? என்கிட்ட கேக்கணும்ன்னு உனக்கு தோணலையாக்கா?”

“ஏ... அப்பா... ஒரு தடவை கேட்டுட்டு என்ன பாடுபட்டோம்? மறுபடியும் கேப்பனா? என் பிரச்னைய நான் பாத்துக்குறேன். நீ சந்தோஷமா இருந்தா போதும்”

"நீ கஷ்டப்படுறது தெரிஞ்சுகிட்டு எப்படிக்கா நான் சந்தோஷமா இருக்கமுடியும்?" என்ற நான் சட்டைப் பையிலிருந்து அந்த டிமான்ட் ட்ராஃப்ட்டை எடுத்தேன்.

"அக்கா... இதுல அஞ்சு லட்ச ரூபாய் இருக்கு. வேண்டாம்ன்னு சொல்லாம வாங்கிக்க" என்றவுடன் அக்காவின் முகம் மாறியது.

"இதுக்குத்தான் இத்தனை வருஷம் கழிச்சு வந்தியா?"

"நீ பயப்படாத. அவளுக்குத் தெரியாது. இதை நான் தனியா ஒரு அக்கௌண்ட்ல போட்டு வச்சிருந்தேன். நான் இங்க வந்தது, யாருக்கும் தெரியக்கூடாதுன்னு, அவகிட்ட புனே போறன்னு சொல்லிட்டு, இப்படி நடுராத்திரியில வந்துருக்கேன். இந்தா வாங்கிக்க" என்று டிராஃப்ட்டை நீட்ட... அக்கா கையை பின்னால் இழுத்துக்கொண்டாள்.

"நீ இதுக்குதான் வந்திருக்கன்னு தெரிஞ்சா நான் வந்திருக்கவே மாட்டேன்.. உன்னைப் பாத்த வரைக்கும் சந்தோஷம் சேது. நீ விடியறதுக்குள்ள கிளம்பு. இதெல்லாம் வேண்டாம்."

"அக்கா... இதுக்காகத்தான் இவ்ளோ தூரம் வந்துருக்கன்க்கா. வாங்கிக்க."

"வேண்டாம்" என்ற அக்காவின் குரலில் இருந்த உறுதியைப் பார்த்து நான் அசந்துபோனேன். நான் குரல் உடைய, "அக்கா... வாங்கிக்கக்கா..." என்றேன்.

"வேண்டாம்டா... நான் சொல்றதைக் கேளு."

அவள் கையைப் பிடித்து இழுத்து, "உன் தம்பி கொடுக்குறேன். வாங்கிக்கக்கா..." என்று கூற அவள் கையை பின்னால் இழுத்து, முதுகுக்கு பின்னால் உறுதியாக கட்டிக்கொண்டாள்.

"நீ வாங்குனாதான் நான் நிம்மதியா இருப்பேன்க்கா... வாங்கிக்கக்கா..." என்றபோது குரல் தழுதழுத்தது. அக்கா அமைதியாக நின்றாள். நான் முற்றிலும் குரல் உடைந்து, "எனக்காக வாங்கிக்கக்கா..." என்று அழ ஆரம்பித்துவிட்டேன். அக்காவின் முகம் கல் போல் இருந்தது.

"அக்கா... உன் ஒரே தம்பி தர்றன்க்கா. வேண்டாம்ன்னு சொல்லாதக்கா..." என்றேன் கண்களில் கண்ணீருடன்..

"அப்படி ஒரு வார்த்தை சொன்ன பிறகு எப்படிரா நான் வாங்குவேன்."

"அதை ஏன்க்கா இன்னும் மனசுல வச்சிருக்க? என் சந்தோஷத்துக்காக வாங்கிக்கக்கா..." என்ற நான் அடக்கமுடியாமல் சத்தமாக அழுதேன். இதற்கெல்லாம் கலங்காமல், "நான் வர்றன்..."

ஜி.ஆர்.சுரேந்தர்நாத்

என்று அக்கா திரும்பி நடக்க ஆரம்பித்தாள். சிறுவயதில் அக்காவுடன் பேசியதெல்லாம் மின்னல்வெட்டாக மனதில் ஓடியது.

"உன்னைவிட்டுட்டு மூணு நாள் ஸ்கூல்டூர் போகமாட்டன்க்கா..."

"கல்யாணமானாலும் பக்கத்து, பக்கத்துலயே வீடு கட்டிகிட்டு இருக்கலாம்க்கா."

நான் பெரும் அழுகையுடன், "அக்கா... அக்கா... அக்கா..." என்று கத்த... கத்த... அக்கா நடந்துகொண்டே இருந்தாள். எனக்காக படிப்பை விட்டு வேலைக்குச் சென்ற அக்கா... எனக்காக தன் காதலை இழந்த அக்கா... எனக்காக பெங்களூர் போலீஸ் ஸ்டேசனில் அவமானப்பட்ட அக்கா... என் வாழ்க்கையிலிருந்து முற்றிலுமாக விலகி, அந்த பரந்த மணல்வெளியில் சென்றுகொண்டேயிருந்தாள்.

- ஆனந்த விகடன்
4.1.2017

5

மழை நிற்கும் பொழுதில்...

▼

சனி, ஞாயிறுகளில் குடும்பத்தினருக்கும், பிற கிழமைகளில் காதலர்களுக்கும் ஒதுக்கப்பட்டிருக்கும் சென்னை, மெரீனா கடற்கரை. தூரத்தில் தெரிந்த கடல் அலைகளை எவ்வித சலனமுமின்றி பார்த்துக்கொண்டிருந்தேன்.

தீபிகாவிடம் எப்படி சொல்லப்போகிறேன் என்று தெரியவில்லை. நான் பார்த்து பார்த்து வரைந்த ஓவியத்தை நானே அழிக்கப்போகிறேன். நான் பார்த்து பார்த்து செதுக்கிய சிற்பத்தை நானே சிதைக்கப்போகிறேன். நான் பார்த்து பார்த்து காதலித்த காதலியிடம் நானே, "நாம் பிரிந்துவிடலாம்" என்று சொல்லப்போகிறேன். தீபிகா எப்படி இதைத் தாங்கிக்கொள்வாள் என்று தெரியவில்லை. பல நாள் யோசித்து, நான் மனதளவில் இந்தப் பிரிவுக்கு தயாராகிவிட்டேன். ஆனால் அவளை எவ்விதத்திலும் தயார் செய்யாமல், திடீரென்று, "என்னை மறந்துவிட்டு, வேறொருவனை திருமணம் செய்துகொள்" என்று நான் சொல்லப்போகிறேன்.

இந்த 'நான்' யார்? நான் கார்த்திக், B.E. மருமகள் பிரசவத்திற்கு துணையாக இருக்க அமெரிக்கா போகும் கனவுகளோடு, ஒரு நடுத்தர குடும்ப பெற்றோரால் கடன் வாங்கி பி.இ. படிக்க வைக்கப்பட்டவன். ஆனால் பி.இ. முடித்து நான்காண்டு காலம் ஆகியும், அமெரிக்காவை விடுங்கள்... ஒரு அம்பத்தூர் ஃபேக்டரியில் கூட வேலை கிடைக்காமல் இன்னும், டீக்கும், சிகரெட்டுக்கும் 26 வயதிலும் அப்பா பையில் திருடிக்கொண்டு, மிகவும் கொடுமையான நாட்கள். இந்த வறண்ட வாழ்க்கையில், ஈரத்தென்றலாய் நுழைந்தாள் தீபிகா.

நீங்கள் சென்னையில் வசிப்பவராக இருந்தால், எங்கேனும், ஓரிடத்தில் ஒரே ஒரு வினாடி தீபிகாவைப் பார்த்திருந்தால் கூட, அந்த முகம் அப்படியே உங்கள் மனத்தில் பதிந்திருக்கும். பார்த்தவுடனே சட்டென்று மனதில் ஒட்டிக்கொள்ளும் முகம்.

கண்ணில் ஒட்டிக்கொள்ளும் கண்கள். காதில் ஒட்டிக்கொள்ளும் இனிய குரல். மொத்தத்தில் அவளைப் பார்த்த அடுத்த வினாடியிலிருந்து அல்ல... பார்த்த வினாடியிலிருந்தே காதலிக்க ஆரம்பித்துவிட்டேன்.

ஜாவா படிக்கச் சென்ற கம்ப்யூட்டர் சென்டரில். நான் தீபிகாவை பார்த்தது பெரிய விஷயம் அல்ல. அவளும் என்னைப் பார்த்தாள் என்பதுதான் விசேஷம்(இந்த இடத்தில், நானும் அழகாக இருப்பேன் என்பதை தன்னடக்கத்துடன் தெரிவித்துக்கொள்கிறேன்). பார்த்தாள் என்றால், சும்மா கடைக்காரர், கஸ்டமரைப் பார்ப்பது போல் அல்ல. கண்ணுக்குள் நுழைந்து, மூளையில் தொற்றிக்கொள்ளும் கூர்மையான பார்வை.. தினம் தினம் பார்த்தேன். பார்த்தாள். சிரித்தேன். சிரித்தாள். பேசினேன், பேசினாள். "உங்கப்பா என்ன பண்றாரு? கடைசியா என்ன படம் பாத்தீங்க? இன்னைக்கி வெயில் அதிகம்" என்பது போன்ற சம்பிரதாயமான மூன்று மாத உரையாடல்களுக்குப் பிறகு 2015, நவம்பர் மழைக்காலத்தில் நெருங்கினோம்.

நாங்கள் க்ளாஸ் முடிந்து வெளியே வந்தபோது, மழை பெய்துகொண்டிருந்தது. என் அருகில் நின்றுகொண்டிருந்த தீபிகா, கையை நீட்டி மழைநீரை உள்ளங்கையில் சேகரித்தாள். பின்னர் அந்த மழைநீரை அருந்திவிட்டு, "உங்களுக்கு மழைத்தண்ணி பிடிக்குமா?" என்றாள்.

"மழைத்தண்ணிய விட மழைத்தண்ணிய குடிக்கிறவங்களப் பிடிக்கும்" என்ற என்னை ஒரு வினாடி ஆழமாக பார்க்க... நான், "உங்களப் பத்தி நான் சொல்லட்டுமா?" என்றேன்.

"என்ன சொல்லப்போறீங்க?"

"உங்களுக்கு கௌதம் மேனன் படங்கள் பிடிக்கும். மழைல நனைஞ்சுகிட்டே ஐஸ்க்ரீம் சாப்பிடப் பிடிக்கும். நாய்க்குட்டியோட மூக்கோட மூக்கு ஒட்டி விளையாடப் பிடிக்கும். அனிருத் மியூஸிக் பிடிக்கும். பீச்சுல பலூன் சுடப் பிடிக்கும். ஃபேஸ்புக்குல தினம் தினம் ப்ரொஃபைல் பிக்ச்சர் மாத்தப் பிடிக்கும்."

"தப்பு... தப்பு... எல்லாம் தப்பு.. எனக்குப் பிடிச்ச டைரக்டர் ஹரி..."

"யூ மீன்... 'சிங்கம்' ஹரி."

"யா... யா... இப்ப இந்த மழைசீன்க்கு ஹரி எப்படி தெரியுமா டயலாக் எழுதியிருப்பாரு?" என்ற தீபிகா தொண்டையைக் கனைத்துக்கொண்டு ஆவேசத்தோடு பேச ஆரம்பித்தாள்.

“டேய்… இப்ப பெஞ்சுட்டிருக்கிறது, தமிழ்நாட்டு மழை, ஆந்திரா மழை, கேரளா மழை இல்லடா. இந்திய மழைடா. மழைல போர்வைய போத்திட்டு படுக்காம, டாட்டா சுமோல பாஞ்சு போற பாம்பு பாண்டியன, பறந்து போய் பிடிக்கிறவன்தான்டா இந்த துரைசிங்கம்…” என்று அவள் நீளமாக ‘சிங்கம்’ சூர்யா போல் பேசி முடிக்க… எனக்கு காதுக்குள் ‘ங்கொய்’ என்று சத்தம் கேட்டது.

“நிஜமாலுமே உங்களுக்கு ‘சிங்கம்’ ஹரிதான் பிடிக்குமா?”

“ஆமாம். அப்புறம் ஆயா கடை பாயா ரொம்பப் பிடிக்கும்.”

“ஆயா கடை பாயாவா?” என்று நான் முகத்தை சுருக்கினேன்.

“அப்புறம் கூவம் ஸ்மெல் ரொம்ப பிடிக்கும். நடிகர் மொட்டை ராஜேந்திரன்னா உயிர விடுவேன்… நேத்து கூட மொட்டை ராஜேந்திரனோட பைக்ல போற மாதிரி கனவு கண்டேன்” என்று அவள் சொல்லிக்கொண்டே போக… “ஆளு உருவத்துக்கும், டேஸ்ட்டுக்கும் சம்பந்தமேயில்லையே…” என்று நினைத்துக்கொண்டிருக்கும்போதே மழை நின்றது. அவள் கிளம்பினாள். ஸ்கூட்டியுடன் என் அருகில் வந்தவள், “என்ன… பயந்துட்டீங்களா? நீங்க சொன்னது எல்லாம் சரி. நான் சும்மா சொன்னேன். எப்படி என் ரசனைகள கரெக்ட்டா சொன்னீங்க?”

“வெரி சிம்ப்பிள். கொஞ்சம் மாடர்னா இருக்குற, எல்லா காலேஜ் பொண்ணுங்களுக்கும் இதுதான் பிடிக்கும்.”

“ஓ…” என்று ரசித்து சிரித்தவள், “ஒண்ணே ஒண்ணு மட்டும் சொல்லல. தினம் காலைல அஞ்சு மணிக்கு லைட்ஹவுஸ்ல ஜாகிங் போகப் பிடிக்கும்.”

மறுநாள் காலை ஐந்து மணிக்கு, நான் லைட்ஹவுஸில் இருந்தேன். தீபிகாவைப் பார்த்தவுடன், “நானும் தினமும் இங்க ஜாக்கிங் போவன்ங்க… இது வரைக்கும் உங்களப் பாத்ததே இல்ல” என்றேன். “உங்களுக்கு பொய் சொல்ல வரல. வாங்க…” என்ற தீபிகா குறும்புச் சிரிப்புடன் ஓட ஆரம்பித்தாள்.

ஒரு மாத காலத்திற்குள் இருவரும் “வா… போ…” என்று பேசும் அளவுக்கு நெருங்கிவிட்டோம்

ஒரு நாள் நாங்கள் ஜாகிங் சென்றுகொண்டிருந்தபோது, திடீரென்று மழை பெய்ய… நாங்கள் ஒரு மகிழ மரத்தடியில் ஒதுங்கினோம். காற்றில் மகிழமரம் வேகமாக ஆட… மழைத்துளிகள் கொத்து, கொத்தாக எங்கள் மேல் விழுந்து, உடல் சிலிர்த்த கணத்தில், நான் எனது காதலைச் சொல்ல முடிவெடுத்தேன்.

“தில் தோ பாஹல் ஹைன்னு ஒரு பழைய ஹிந்தி படம். அதுல மாதுரி தீட்சித்துக்கு ஒரு ஃபேன்டஸி. காதலர் தினத்தன்னிக்கு,

ராத்திரி 12 மணிக்கு, ஒரு காதலன் தன்னைத் தேடி வருவான்னு சொல்லுவா. அதே மாதிரி அன்னைக்கி ராத்திரி 12 மணிக்கு தற்செயலா ஷாருக்கானப் பாப்பா. அந்த மாதிரி எனக்கும் ஒரு ஃபேன்டஸி" என்றேன் கீழே மழைநீரில் மிதந்துகொண்டிருந்த மகிழம்பூக்களைப் பார்த்தபடி.

"என்ன ஃபேன்டஸி?" என்றாள் தீபிகா குளிருக்கு இதமாக கைகளை தோள்களில் X போல் வைத்துக்கொண்டு.

"டிசம்பர் ஒண்ணாம் தேதி காலைல, சரியா ஆறு மணிக்கு ஜோன்னு மழை பெஞ்சுட்டு இருக்கிறப்ப, என் பக்கத்துல நிக்கிற பொண்ணுதான் என் காதலி."

"அதுக்கென்ன இப்ப?" என்ற தீபிகாவின் முகத்தில் குழப்பம்.

"இன்னைக்கி டிசம்பர் ஒண்ணு. மணி ஆறாவ இன்னும் பத்து நிமிஷம்தான் இருக்கு" என்றவுடன் தீபிகாவின் முகம் சிவந்துவிட்டது. சிவந்த கன்னத்தில் சிதறிய மழைத்துளிகள், கழுத்தில் வழியலாமா? தோளில் வழியலாமா? என்று தடுமாறிக்கொண்டிருந்தது. மழைநீர் கோர்த்துக்கொண்டிருந்த கண் இமைகள் படபடவென்று துடித்தன. காதல் ஒரு அழகியை, இரட்டை அழகியாக்கிவிடுகிறது.

நான் வாட்சில் மணியைப் பார்த்தேன். 5:54. அப்போது தூரத்தில் ஒரு பாட்டி நாங்கள் நிற்கும் மரத்தை நோக்கி வர... தீபிகா குறும்புச் சிரிப்புடன், "இப்ப நான் போய்ட்டு, அந்த பாட்டி இங்க வந்து நின்னா, அவங்கதான் உன் காதலியா?" என்றாள். "மை காட்..." என்று நான் அலறியபோது, பாட்டி அருகிலிருந்த வேறொரு மரத்தை நோக்கிச் சென்றுவிட்டார்.

சாலையில் விழுந்த மழைநீர் கொப்புளம், கொப்புளமாக சிதறுவதைப் பார்த்தபடி தீபிகா, "சப்போஸ்... ஆறு மணிக்குள்ள மழை நின்னுருச்சுன்னா?" என்றாள். அப்போது திடீரென்று மழையின் வேகம் குறைய... எங்கள் இருவருக்கும் திக்கென்று ஆகிவிட்டது. இப்போது வேடிக்கை போய், தீபிகாவின் முகம் சீரியஸாகிவிட்டது. அவள் முகம் வாடிவிட்டதைக் கவனித்த நான். "ரைட்டு... பொண்ணுக்கு ஓகே. நம்ம கொஞ்சம் விளையாடலாம்" என்று நினைத்தபடி, "மழை நின்னுருச்சு" என்றேன். உடனே தீபிகா, "இல்ல... இன்னும் லேசாப் பெய்யுது" என்றவள் நாக்கைக் கடித்துக்கொண்டு, "சை..." என்று தலையில் அடித்துக்கொண்டாள். முகத்தைத் திருப்பி புன்னகையை மறைத்துக்கொண்ட நான் நேரத்தைப் பார்த்தேன். 5:59. கையை நீட்டி பார்த்தபோது மழை முற்றிலும் நின்றிருந்தது. "மழை சுத்தமா நின்னுடுச்சு" என்று கூறிவிட்டு சாலையில் ஏறினேன்.

5:59:30: நடந்தேன்

5:59:40: நடந்தாள்.

5:59:50: நடந்தோம்.

6:00:00: உலகிலுள்ள அனைத்து மதக் கடவுள்களாலும் ஆசிர்வதிக்கப்பட்ட அந்த ஈர கணத்தில், மீண்டும் சடசடவென்று மழை பெய்ய ஆரம்பித்தது. மனதெங்கும் பொங்கி வழிந்த உற்சாகத்துடன் நாங்கள் ஓடிச் சென்று மீண்டும் மரத்தடியில் நின்றுகொண்டோம். என்னை வெட்கத்துடன் பார்த்த தீபிகா மரத்திலிருந்து சொட்டிய மழைநீரை கையில் பிடித்து என் முகத்தில் அடித்து, “ஐ லவ்யூடா...... யூ பியூட்டிஃபுல் ரொமான்ட்டிக் ராஸ்கல்” என்றாள்.

அதன் பிறகு வந்த நாட்களின் ஒவ்வொரு வினாடியிலும், கடவுள் காதலைக் கலந்திருந்தார். சென்னை முழுவதும் சுற்றினோம். மெரீனா பீச்சில் அவள் துப்பட்டாவுக்குள் முகம் மறைத்து முத்தம் கொடுத்துக்கொண்டோம். மல்ட்டிப்ளெக்ஸ் வே கார்னர் டபுள் சீட்டில் சின்ன சின்ன சில்மிஷங்களுடன் திரைப்படம் பார்த்தோம்.

இதற்கிடையே தீபிகாவின் வீட்டுக்கு விஷயம் தெரிந்து, அவள் அப்பா என்னை அழைத்துப் பேசினார். இறுக்கமான முகத்துடன், “நான் உங்க காதல ஏத்துக்கிறேன். ஆனா வேலையே இல்லாத பையனுக்கு எப்படி கட்டித் தர முடியும்? உனக்கு ஒரு வருஷம் டைம் தரேன். அதுக்குள்ள வேலைக்குப் போயிடு. ஆனா அது வரைக்கும் நீங்க பாத்துக்கக்கூடாது. ஃபோன்ல பேசக்கூடாது” என்று விதித்த நிபந்தனையை நாங்கள் ஏற்றுக்கொண்டோம்.

இதோ... ஒரு வருடம் ஓடிவிட்டது. எனக்கு வேலை கிடைத்தபாடில்லை. இதற்கு மேல் அவளைக் காத்திருக்கச் சொல்வது நியாயமில்லை என்று தோன்ற... எனது முடிவைச் சொல்வதற்காக இன்று தீபிகாவை அழைத்திருக்கிறேன். ஆறு மணிக்கு வருவதாகச் சொல்லியிருக்கிறாள்.

வந்தாள்.

ஒரு வருடம் கழித்து தீபிகாவைப் பார்த்தவுடன், அலை பாய்ந்த மனத்தை கட்டுப்படுத்தி முகத்தை இறுக்கமாக வைத்துக்கொண்டேன். என் அருகில் அமர்ந்த தீபிகாவிடம் நான், “தீபிகா...” என்று ஆரம்பித்தேன்.

இடைமறித்த தீபிகா, “ஒரு நிமிஷம் கார்த்திக். நான் ஒண்ணு சொல்லிடுறேன். இன்னும் நீ லைஃப்ல செட்டிலாவவே இல்ல.

எங்கப்பா இனிமே இந்த காதல நீட்டிக்கிறதுல அர்த்தம் இல்லங்கிறாரு. இப்ப ஒரு ஸாஃப்ட்வேர் எஞ்சினியர் மாப்பிள்ளை வந்துருக்காரு. அதை முடிச்சுடலாம்ன்னு நினைக்கிறாரு. அதுதான் சரின்னு நானும் நினைக்கிறேன். ஐயம் ஸாரி டு ஸே திஸ். நம்ம பிரிஞ்சுடலாம் கார்த்திக்" என்று தீபிகா சொல்ல... நான் அவளை அதிர்ச்சியுடன் பார்த்தேன்.

நான் சொல்ல நினைத்ததைதான் அவள் சொன்னாள். ஆனாலும் அதை அவளே கூறியபோது, ஏனோ தெரியவில்லை.... மனதில் அப்படி ஒரு தாங்கமுடியாத வலி.

- மல்லிகை மகள்

ஜூன் 2017

6

AD 22122

1987. ஒரு நவம்பர்மாதத்து மாலை. ‘பொன்மகள் லாட்டரி சென்டர்’ ஸ்பீக்கரிலிருந்து, “திருச்சி, உறையூர் வாழ் மக்களை லட்சாதிபதிகளாக்கவேண்டும் என்ற சேவை உள்ளத்துடன் நடத்தப்படும் பொன்மகள் லாட்டரி சென்டரில் ராஜஸ்தான் சூப்பர் பம்பர் வாங்குங்கள்”என்ற வார்த்தைகள் காதில் விழுந்தபோது நானும், என் தம்பிகளும் விஜயா கஃபே வாசலில் நின்றிருந்தோம்.

நான் டவுசரை இழுத்து இடுப்புக்கயிற்றில் இறுக்கிக்கொண்டே தம்பிகளைப் பார்த்தேன். நான்காவது படிக்கும் குண்டு தம்பி குணா, விஜயா கஃபேயின் ‘இன்றைய ஸ்பெஷல்’ போர்டை ஒரு புனித நூலைப் படிப்பது போல் மிகவும் சீரியஸாக படித்துவிட்டு, ‘அடை அவியல்ன்னா என்னண்ணன்?” என்றான். நான் பதில் சொல்லாமல் லாட்டரி கடையையே பார்த்துக்கொண்டிருந்தேன். லாட்டரிக்கடை போர்டில் சில்க் ஸ்மிதா பணத்தை வாரி இறைப்பது போல் படம் போட்டிருந்தார்கள்.

என் கையைப் பிடித்து இழுத்த பெரிய தம்பி மனோகர், “சில்க்கு ஸ்மிதா படம்ல்லாம் பாக்கக்கூடாதுன்னு கேம்ஸ் டீச்சர் சொல்லியிருக்காங்கள்ல?” என்றான். நான், “இது படம் இல்லடா... போர்டு” என்றபடி கடையைக் கவனித்தேன். கடையின் வெளிப்புறச் சுவரில் கமலின் “நாயகன்” மற்றும் ரஜினியின் “’மனிதன்” திரைப்படங்களின் 5-ஆவது வாரபோஸ்டர்கள் ஒட்டப்பட்டிருந்தன. பக்கத்திலிருந்த செய்தித்தாள் கடை வாசலில், “டிசம்பர் 2-ல் சென்னையில் நேரு சிலை திறப்பு. ராஜீவ்காந்தி வருகை” என்று போஸ்டர் தொங்கியது.

லாட்டரிக் கடை கல்லா அருகில் அமர்ந்து மைக்கில் பேசிக்கொண்டிருந்தவர், “ராஜஸ்தான் சூப்பர் பம்பர் குலுக்கல்...

இந்திய வரலாற்றில் முதல் முறையாக முதல் பரிசு நூறு பேருக்கு... ஆளுக்கு ஒரு லட்சம் ரூபாய்... டிசம்பர் பதினைந்தாம் தேதி குலுக்கல். டிக்கெட்டின் விலை மூன்றே ரூபாய்...” என்றவுடன் என் மனதில் சட்டென்று அந்த யோசனை. சென்னையிலிருந்து வந்திருந்த மாமா எங்கள் மூவருக்கும் தலா ஒரு ரூபாய் தந்துவிட்டுச் சென்றிருந்தார். அந்தக் காசில் மூவரும் ஆளுக்கு ஒரு ரவாதோசை தின்னலாம் என்றுதான் விஜயா கஃபே வந்திருந்தோம். பேசாமல் அந்தக் காசில் லாட்டரி சீட்டு வாங்கினால் என்ன?முதல் பரிசு நூறு பேருக்கு என்பதால் பரிசு விழ வாய்ப்பிருக்கிறது.

தொடர்ந்து மைக்காரர், “சிவப்பு துண்டண்ணன்... யோசிச்சுகிட்டே நிக்காதீங்க. வாசக்கதவத் தட்டுற லட்சுமிய அலட்சியப்படுத்தாதீங்க. அக்கா... அண்ணன்ட்ட எடுத்துச் சொல்லுக்கா...” என்று கூற... அக்கா சிவப்புத் துண்டு அண்ணனிடம் ஏதோ சொல்ல... அண்ணன் லாட்டரிக் கடையில் நுழைந்தார். மைக்காரர், “அஞ்சு லட்சாதிபதி, பத்து லட்சாதிபதில்லாம் இல்லண்ணன்... மொத்தம் நூறு லட்சாதிபதி. அந்த நூறில் ஒருவர் நீங்கள்” என்று என்னைப் பார்த்துக் கூற... சட்டென்று முடிவெடுத்தேன். தம்பிகளிடம், “நம்ம எதிர்வீட்டு மாலதியப்பா இந்தக் கடைலதான் லாட்டரி சீட்டு வாங்குவாரு. போன மாசம் அவருக்கு இங்கதான் அஞ்சு லட்ச ரூபா பிரைஸ் விழுந்துச்சு. நம்பளும் ஒரு லாட்டரி சீட்டு வாங்குவோமோ?” என்றேன். “காசு?” என்றான் மனோகர்.

“ரவாதோசை சாப்பிட காசு வச்சிருக்கோம்ல... அதுல வாங்குவோம்...” என்றவுடன் முகம் மாறிய குண்டன் குணா, “நீ என் காசத் தா. நான் ரவாதோசை சாப்பிடப்போறேன்” என்றான்.

“டிக்கெட் விலை மூணு ரூபாடா. உன் காசையும் சேர்த்துதான் வாங்கப்போறேன். ராஜஸ்தான் சூப்பர் பம்பர்ல மொத்தம் நூறு பேருக்கு ஃபர்ஸ்ட் பிரைஸ்டா. நமக்கு விழ சான்ஸ் இருக்கு...”

“ஒரு லட்சத்துல மொத்தம் எத்தனை ரவாதோசை சாப்பிடலாம்?” என்றான் குண்டன்.

“ஒரு லட்சம் ரவா தோசை சாப்பிடலாம்” என்று நான் கூற... குண்டனின் கண்கள் விரிந்தது. “பிரைஸ் விழுந்தா மாலதி அப்பா மாதிரி நம்பளும் பணக்காரனாயிடலாம்” என்று நான் சொல்ல... இருவரும் அரை மனதுடன் தலையாட்டினர். மூவரும் தயங்கி தயங்கி அந்த லாட்டரிக் கடைக்குள் நுழைந்தோம். சுவரில் மாலதி அப்பாவுக்கு கடை ஓனர் மாலை போடும் புகைப்படம் பெரிதாக ஃபிரேம் செய்து மாட்டப்பட்டிருந்தது. இதைப் பார்த்ததும் மனோகர் என்னிடம், “மகேந்திரா... இங்க பாரு மாலதி அப்பா” என்றான்.

“அடுத்த மாசம் நம்ம ஃபோட்டோ இருக்கும்” என்று நான் சொன்னவுடன் தம்பிகளின் முகத்தில் சந்தோஷம். நான் ஒரு விற்பனையாளரிடம், “ராஜஸ்தான் சூப்பர் பம்பர் லாட்டரி சீட்டு வேணும்” என்றேன்.

“தந்துடுவோம்...எத்தனாவதுடா படிக்கிற?” என்றார் அவர் சிரிப்புடன்.

“எட்டாவது...” என்றேன் நான். “இவனுங்க...”என்று என் தம்பிகளைக் காட்டிக் கேட்டார்.

“பெரிய தம்பி... ஆறாவது. சின்னத்தம்பி நாலாவது...”

“உங்கப்பா சீட்டு வாங்கிட்டு வரச்சொன்னாரா?” என்றபடி குணாவின் சிவப்பு குண்டுக்கன்னத்தில் கிள்ளினார் .“இல்ல... நாங்கதான் வாங்கறோம்” என்றான் குணா.

“சபாஷ்...” என்ற மைக்காரர், “சிறுவர்களையும் லட்சாதிபதியாக்க வந்து விட்டது ராஜஸ்தான் சூப்பர் பம்பர் குலுக்கல்...டிசம்பர் பதினஞ்சாம் தேதி விடிஞ்சா இந்த தம்பிங்க மூணு பேரும் லட்சாதிபதி...” என்று எங்களைக் காண்பித்து சொல்ல... நாங்கள் வெட்கத்துடன் சிரித்தோம். விற்பனையாளர், “எந்த நம்பர் வேணும்?” என்றார்.

நான் சீட்டுகளை வாங்கிப் பார்த்தேன். அதில் AD 22122 என்ற எண் என்னைக் கவர... அந்த சீட்டை எடுத்தேன். சீட்டை கல்லாவிலிருந்த நாமக்காரரிடம் காண்பித்து பணத்தைக் கொடுத்துவிட்டு, “பிரைஸ் விழுந்தவுடனே எங்க வந்து பணத்தை வாங்கிக்கணும்?” என்றேன். மைக்காரர், “என் வீட்டுக்கு வா... பணத்த ரெடியா வச்சிருக்கேன்” என்று மைக்கை மூடிக்கொண்டு கூற... கடைக்காரர்கள் சிரித்தனர். “டேய் சிரிக்காதீங்கடா...என்ற நாமக்காரர் “குலுக்கலன்னிக்கு கடைக்கு வாங்க... பிரைஸ் விழுந்திருக்கான்னு பாக்கலாம்” என்றார்.

வீட்டுக்கு வந்தவுடன் அம்மா, அப்பாவுக்குத் தெரியாமல் லிப்கோ டிக்ஷனரியில் லாட்டரி டிக்கெட்டை வைத்தேன். இரவு அம்மா அறையில் படுத்துக்கொள்ள... அப்பா மாடியேறி அவரது அறைக்குச் சென்றதும் ஹாலில் சும்மா கண்களை மூடிக்கொண்டு படுத்திருந்த நாங்கள் சட்டென்று எழுந்து அமர்ந்தோம். ஜீரோ வாட்ஸ் பல்பு வெளிச்சத்தில் நான் தம்பிகளைப் பார்த்து சிரித்தேன். அவர்களிடம் வாயில் விரல் வைத்துக் காண்பித்துவிட்டு மெதுவாக எழுந்து செல்ஃபிலிருந்த டிக்ஷனரியை எடுத்தேன். டிக்ஷனரியைப் பிரித்து லாட்டரி சீட்டை எடுத்தேன். படுத்துக்கொண்டு மூவரும் புன்னகையுடன் லாட்டரிசீட்டைப் பார்த்தோம்.

பெரிய மஞ்சள் நிற சீட்டின் நடுவே ஒட்டகம் படம் போட்டிருந்தது. கீழே வலது மூலையில் AD 22122 என்ற எண் என்னைப் பார்த்து "நூத்துல ஒருத்தன்டா நீ..." என்றது. திரும்பி தம்பிகளைப் பார்க்க... அவர்களின் கண்களில் வெளிச்சம். குண்டனின் கண்களில் ஒரு லட்சம் ரவா தோசைகள் தெரிந்தது. மாடி அறை ரேடியோவிலிருந்து, "ஏ புள்ள கருப்பாயி... உள்ள வந்து படு தாயி..." பாடல் ஒலித்துக்கொண்டிருந்தது.

திடீரென்று குண்டன் குஷியாகி அவன் பக்கத்தில் படுத்திருந்த மனோகர் மீது உருண்டு ஏறி இறங்கி... என் மேல் லாரி மோதுவது போல் மோதி நின்றான். "டேய் குண்டா... நசுக்கிடாதடா..." என்ற என் காதில் குண்டன் ரகசியமாக, "இன்னைக்கி தேதி 25.. இன்னும் இருபது நாள்தான் இருக்கு. அதுக்குப் பிறகு..." என்றான். "அதுக்குப் பிறகு நான் லட்சாதிபதி" என்று நான் கூறியவுடன் முகம் மாறிய மனோகர், "நாங்களும் காசு போட்டிருக்கோம். நாம லட்சாதிபதின்னு சொல்லு" என்றான். "ஆமாமாம்..." என்றான் குண்டன் வேகமாக.

"ஆமாம்... நாம லட்சாதிபதி..." என்றேன்.

இப்போது குண்டன் என் மீது உருண்டபடி ஏறி அந்தப் பக்கம் இறங்கிக்கொண்டு, "ஒரு லட்சம் பணத்தையும் நம்பளேதான் வச்சுக்கப்போறோமா?" என்றான். இப்போது மனோகரும் சிரிப்புடன் என் மீதும், குணா மீதும் உருண்டபடி ஏறி அந்தப் பக்கம் இறங்கி, "ஆமாம்..." என்றான். பிறகு மூவரும் குப்புறப் படுத்துக்கொண்டு லாட்டரி டிக்கெட்டையே பார்த்துக்கொண்டிருந்தோம். அப்போது ரேடியோவிலிருந்து...

பொன்மகள் வந்தாள்...
பொருள் கோடி தந்தாள்...

பாடல் ஒலிக்க... நாங்கள் பணக்காரராவது போல் என் மனதில் கற்பனைக் காட்சிகள் ஓடின.

எங்களுக்கு லாட்டரியில் ஃபர்ஸ்ட் பிரைஸ் விழுகிறது. அந்தப் பணத்தில் நாங்கள் கன்ஸ்ட்ரக்ஷன் பிசினஸ் ஆரம்பித்து பெரிய ஆளாகிறோம். திருச்சியிலிருக்கும் பல கடைகளையும் விலைக்கு வாங்குகிறோம். ஃபைவ் ஸ்டார் ஹோட்டல் போல் பளபளவென்று எங்கள் அலுவலகம் மின்னுகிறது. இருபதாவது தளத்தில் லிஃப்ட் வந்து நிற்கிறது. கதவு திறக்கிறது. நாங்கள் மூவரும் கோட் சூட்டில் டக் டக்கென்று பைப்பில் புகை பிடித்தபடி வெளியே வருகிறோம். லிஃப்ட் வாசலிலேயே நிற்கும் எங்கள் கம்பெனியின் ஜி.எம். எங்களை வரவேற்று அழைத்துச் செல்கிறார். அலுவலகத்தில் இருக்கும் அனைவரும் என்னைப் பார்த்து, "குட்மார்னிங்க சார்..." குட்மார்னிங் சார்..." என்கின்றனர். நான் ஸ்டைலாக தலையை

ஆட்டியபடி வேகமாக நடக்கிறேன். திடீரென்று கோபமாகும் பெரிய தம்பி மனோகர் ஜிஎம்மிடம்,, "நானும் இந்த கம்பெனிக்கு ஒன் ஆஃப் தி ஓனர்... கம்பெனி இன்வெஸ்ட்மென்ட்ல நானும் ஒரு ரூபாய் போட்டிருக்கேன். நாளைலருந்து ஸ்டாஃப்ங்கள எனக்கும் குட்மார்னிங் வைக்கச் சொல்லுங்க" என்கிறான்.

"எனக்கும்... எனக்கும்..." என்கிறான் குண்டன். மனோகர் தானும் ஒரு ஓனர் என்பதை உறுதி செய்யும் விதமாக, "சிந்தாமணி சூப்பர் மார்க்கெட் விலைக்கு வருதான்னு கேக்கச் சொன்னனே... கேட்டீங்களா?" என்கிறான் ஜிஎம்மிடம். அதிர்ச்சியடையும் நான், "டேய்...அது கவர்மென்ட்டுதுடா..." என்கிறேன். "பிஹெச்இஎல்?" என்கிறான் மனோகர்.

"டேய்... அது சென்ட்ரல் கவர்மென்ட்டுதுடா..." என்றவுடன் மனோகர் அமைதியாகிறான். அப்போது குண்டன், "திருச்சில ஹோட்டல் ஏதும் விலைக்கு வருதான்னு கேக்கச் சொன்னனே... விசாரிச்சீங்களா?" என்கிறான்.

"விசாரிச்சேன் சார்... மொத்தம் எட்டு ஹோட்டல் விலைக்கு வருது" என்கிறார் ஜிஎம்.

"வாங்கறோம். எட்டு ஹோட்டலையும் வாங்குறோம்..."

என் அறையில் நுழைந்து பெல் அடிக்கிறேன். எனது பர்சனல் செகரட்டரியாக நான் நியமித்திருக்கும் நடிகை ராதா உள்ளே நுழைகிறாள். அவள், "*sir... you have to sign lot of cheques*" என்று செக் புக்கை நீட்ட... நான் செக்கில் கையெழுத்திடுகிறேன். அப்போது உள்ளே நுழையும் ஜிஎம்,,"சார்... திருச்சிலருந்து மதுரைக்கு ஒரு பெரிய பாலம் கட்றாங்க. உலகிலேயே அதான் பெரிய பாலம். அந்த கான்ட்ராக்ட் நமக்கு கிடைச்சுடுச்சு" என்கிறார்.

"ம்... நம்ம உறையூர் பாண்டமங்கலம் காம்ப்ளக்ஸ் வேலை முடிஞ்சுடுச்சா?"

"எம்பத்தெட்டாவது மாடி வரைக்கும் முடிஞ்சுடுச்சு. இன்னும் மூணு மாசத்துல நூறு மாடியும் முடிஞ்சுடும் சார்..." என்று கூறிவிட்டுச் செல்கிறார். நான் செக்கில் கையெழுத்துப் போட்டுக்கொண்டே ஏதோ ஜோக்கடிக்க... ராதா தனது தலைமுடியை ஒதுக்கிக்கொண்டு விழுந்து விழுந்து சிரிக்கிறாள். அப்போது "ம்க்கும்..." என’று யாரோ தொண்டையைக் கனைக்கும் சத்தம் கேட்க... நிமிர்கிறேன். எதிரே என் இரண்டு தம்பிகளும் என்னை முறைத்துப் பார்த்தபடி நிற்கின்றனர். ராதாவிடம் ஒன் மினிட்..." என்று மனோகர் விறைப்பாக சொல்ல... அவள் வெளியே செல்கிறாள்.

"நாங்களும் டூ (two) ஆஃப் தி ஓனர்ஸ் ஆஃப் திஸ் கம்பெனி. உனக்கு மட்டும் ஒரு நடிகைய பிரவா போட்டுகிட்டு, எங்களுக்கு ரெண்டு தடியன்கள பிரவா போட்டுருக்க" என்று மனோகர் கோபத்துடன் கூறுகிறான். பிறகு...

யோசித்துக்கொண்டே தூங்கிவிட்டேன். சட்டென்று விழிப்புத் தட்ட எழுந்து அனிச்சை செயலாக அருகிலிருந்த டிக்ஷனரியை பார்த்தேன். அங்கு டிக்ஷனரி இல்லை. எனக்கு பக்கென்றது. அருகில் படுத்திருந்த தம்பிகளைப் பார்த்தேன். அவர்களையும் காணவில்லை. வெளியே வராண்டாவில் குண்டு பல்பு எரிந்துகொண்டிருந்தது. கதவைத் திறந்து கொண்டு சென்றேன். வராண்டாவில் மனோகரும், குண்டனும் லாட்டரிசீட்டை சிரிப்புடன் பார்த்துக்கொண்டிருந்தனர். மாடியில் அப்பா அறையில் இன்னும் லைட் எரிந்துகொண்டிருந்தது. என்னைப் பார்த்தவுடன் மனோகர்,"ரெண்டு பேருக்கும் தூக்கமே வரல... ஒரு லட்சம் விழுந்துச்சுன்னா என்ன பண்ணலாம்ன்னு பேசிகிட்டிருக்கோம்"என்றான் கிசுகிசுப்பாக.

"நான் ஏற்கனவே யோசிச்சு வச்சிருக்கேன்.அந்தப் பணத்துல நாம கன்ஸ்ட்ரக்ஷன் பிசினஸ் பண்றோம். அப்படியே நிறைய பிசினஸ் பண்ணி பெரிய பணக்காரங்களாயிடுறோம்."

இதைக் கேட்டவுடன் குஷியான குண்டன் பிரியத்துடன் என் மடியில் வந்து அமர்ந்துகொண்டான். நான் அவன் கன்னத்தில் கிள்ளியபடி, "பெரிய ஆளானவுடனே முதல்ல சாரதாஸ்க்கு போட்டியா நம்ம ஒரு ஜவுளிக் கடைய திறக்கிறோம். மகேந்திரன் & பிரதர்ஸ் ஜவுளிக் கடைன்னு பேர் வைக்கிறோம்" என்றேன்.

"ம்... அப்புறம்?" என்றான் மனோகர்.

"கோபால்தாஸ் நகைக் கடைக்கு போட்டியா நம்ப ஒரு நகைக் கடை திறக்கிறோம். மகேந்திரன் & பிரதர்ஸ் ஜுவல்லரின்னு பேர் வைக்கிறோம்" என்றவுடன் முகம்மாறிய மனோகர், "எல்லாக் கடைக்கும் உன் பேரையே வைக்குற?" என்றான்.

"அதானே... லாட்டரி சீட்டுக்கு நாங்களும் காசு கொடுத்திருக்கோம்" என்ற குண்டன் என் மடியிலிருந்து இறங்கிக்கொண்டான்.

"டேய்... மகேந்திரன் & பிரதர்ஸ்ன்னா அந்த பிரதர்ஸ் நீங்கதான்டா..." என்றேன்.

"சும்மா பிரதர்ஸ்ன்னு போட்டு என்ன பண்றது? எங்க பேரு வரலையே..."

"அப்ப ஒண்ணு பண்ணுவோம். மாரிஸ் தியேட்டர் காம்ப்ளக்ஸ் மாதிரி நம்பளும் ஒரு காம்ப்ளக்ஸ் கட்டுவோம். மூணு தியேட்டர் கட்டி அதுக்கு நம்ப மூணு பேரு பேரையும் வச்சிடுவோம்" என்றவுடன் அவர்கள் முகம் மலர்ந்தது. அப்போது அப்பா மேலேயிருந்து, "இன்னும் தூங்காம அங்க என்னடா சத்தம்?" என்று கேட்க... நாங்கள் குடுகுடுவென்று ஓடிச்சென்று படுத்துக்கொண்டோம்.

பிறகு வந்த நாட்கள் கனவும், கற்பனையுமாக வேகமாக ஓடியது.

டிசம்பர் 8. நாக்பூரில் வெஸ்ட் இன்டீஸ் அணிக்கு எதிராக இந்தியா விளையாடும் ஒரு நாள் கிரிக்கெட் போட்டியை டிவியில் பார்ப்பதற்காக மாலதி வீட்டிற்கு சென்றிருந்தேன். மாலதி என் க்ளாஸில்தான் படிக்கிறாள். முதலில் ஆடிய வெஸ்ட் இன்டீஸ் 50 ஓவர்களில் 203 ரன்கள் மட்டுமே எடுத்தது. எளிதான இலக்குதான் என்று நான் நினைத்துக்கொண்டிருந்தபோது இந்தியா மோசமாக விளையாடி 31 ரன்னுக்குள் 5 விக்கெட்டுகளை இழந்து தடுமாறியது. நான் கிரிக்கெட் பார்க்கும் ஆர்வத்தை இழந்து மாலதியைப் பார்த்தேன். அவள் பணக்கார வீட்டுப் பெண்களுக்குரிய அல்டாப்புடன் அமர்ந்திருந்தாள்.

திடீரென்று, "நாங்களும் அடுத்த வாரம் பணக்காரங்களாயிடுவோம்" என்றேன்.

"எப்படி?" என்றாள் மாலதி கண்களில் ஆச்சர்யத்துடன்.

"லாட்டரி சீட்டு வாங்கியிருக்கோம். நூறு பேருக்கு ஆளுக்கு லட்ச ரூபா ஃபர்ஸ்ட் பிரைஸ்" என்றேன். அப்போது கபில்தேவ் ஒரு சிக்ஸர் அடிக்க ஆட்டம் மீண்டும் சுவாரஸ்யமானது. பிறகு கபில் ருத்ரதாண்டவம் ஆடி... 64 பந்துகளில் 9 பவுண்டரிகள், 2 சிக்ஸர்களுடன் 67 ரன்கள் அடித்துவிட்டு அவுட்டாகும் வரை நாங்கள் பேசவே இல்லை. கபில்தேவ் பெவிலியன் சென்ற பிறகுதான் பேச ஆரம்பித்தோம்.

மாலதி திரும்பி என்னைப் பார்த்து, "சும்மா லாட்டரி சீட்டு வாங்கினா மட்டும் போதாது. லட்சுமிதேவியோட அனுக்கிரகம் இருந்தாதான் பரிசு விழும்" என்றாள்.

"லட்சுமி அனுக்கிரகம் கிடைக்க என்ன செய்யணும்?" என்றேன்.

"அதுக்கு அம்மா சில பூஜைல்லாம் பண்ணுவாங்க. அதனாலதான் எங்களுக்கு லாட்டரி சீட்டு விழுந்துச்சு."

"என்ன பூஜை?"

“அம்மா அதை யாருகிட்டயும் சொல்லக்கூடாதுன்னு சொல்லியிருக்காங்க. அவங்க அக்கா, தங்கச்சிக்கு கூட அந்த பூஜை ரகசியத்த அம்மா சொல்லல.”

“நான் யாருகிட்டயும் சொல்லமாட்டேன். ப்ளீஸ் மாலதி... சொல்லு மாலதி.”

“சொல்றேன்.வேற யாருகிட்டயும் சொல்லமாட்டேன்னு சத்தியம் பண்ணு...” என்று மருதாணி கையை நீட்டினாள். நான் சத்தியம் செய்தேன்.

“பாம்பே சேட்டுங்க எல்லாம் இப்படித்தான் செய்வாங்களாம். கோதுமை மாவுல தண்ணி ஊத்தி ஏழு உருண்டையா உருட்டி எடுத்துக்கணும். அப்புறம் வெள்ளிக்குச்சியால குங்குமத்தைத் தொட்டு, அந்த கோதுமை உருண்டைல ‘ஸ்ரீம்’னு எழுதி அந்த கோதுமை உருண்டைங்கள கோயில் தெப்பக்குளத்துலயோ, ஆத்துலயோ இருக்கிற மீனுங்களுக்கு போட்டா நம்ம பணக்காரங்களாயிடலாம்.”

“நிஜமாவா சொல்ற?”

“ஆமாம்... எங்கப்பா எத்தனையோ வருஷமா லாட்டரிச்சீட்டு வாங்குறார்... விழவே இல்லை. இதைப் பண்ணின ஒரே மாசத்துல விழுந்துடுச்சு”

“எங்க வீட்டுல வெள்ளிக் குச்சி இல்லையே...”

“எங்க வீட்டுல நிறைய இருக்கு. நான் ஒண்ணு தரேன்...” என்ற மாலதி வீட்டுக்குள் சென்றாள். அதற்குள் இந்தியாவின் மீதி விக்கெட்டுகள் மளமளவென்று சரிய... கடைசி பேட்ஸ்மேனாக மனீந்தர் சிங் உள்ளே வந்தபோது மாலதி வெள்ளிக்குச்சியோடு வந்தாள். நான் வெள்ளிக் குச்சியை வாங்கிக்கொண்டு, “இந்த பூஜை பண்ணினா எங்களுக்கு பிரைஸ் விழும்ல்ல...” என்று கேட்டபோது டிவியில் கமன்ட்டேட்டர் அபசகுனமாக, “நோ சான்ஸ் டு வின்...” என்று கூற... நொந்துபோய் டிவியை பார்த்தேன்.. இந்தியா 193 ரன்னில் ஆல் அவுட்.

அந்த ஞாயிற்றுக் கிழமை மதியம். அப்பாவும்,அம்மாவும் தூங்கியவுடன் ஏற்கனவே எடுத்துவைத்திருந்த கோதுமை மாவையும், குங்குமத்தையும் எடுத்துக்கொண்டு கிளம்பினோம். சாமியார் தோப்பு வழியாக குடமுருட்டி ஆற்றங்கரைக்குச் சென்றோம். மதிய நேரமென்பதால் படித்துறையில் யாரும் இல்லை..யாரோ துணி துவைக்கும் சத்தம் மட்டும் எங்கிருந்தோ ‘தொப்’ ‘தொப்’பென்று கேட்டது. அருகிலிருந்த

தென்னந்தோப்பிலிருந்து சிலுசிலுவென்று காற்றடித்தது. எதிர்கரையைத் தாண்டி ஸ்ரீரங்கம் கோயில் கோபுரம் தெரிந்தது.

படித்துறையில் அமர்ந்து நான் கோதுமை மாவை ஒரு பேப்பரில் கொட்டினேன். குண்டன் கோதுமைமாவை கொஞ்சம் அள்ளி வாயில் போட முயற்சிக்க... நான் அவன் கையைப் பிடித்து தடுத்தேன். மனோகர் ஆற்றிலிருந்து ஒரு சொம்பு நீரை எடுத்து வந்தான். நான் தண்ணீர் ஊற்றி கோதுமை மாவை பிசைந்து ஏழு உருண்டைகள் செய்தேன். வெள்ளிக் குச்சியை குங்குமத்தில் தொட்டு 'ஸ்ரீம்' என்று கோதுமை மாவு உருண்டையில் எழுதினேன். "நானு... நானு..." என்று தம்பிகள் கத்த... அவர்கள் கையில் வெள்ளிக்குச்சியைக் கொடுத்தேன். அவர்களும் எழுதினார்கள்.

பிறகு மூவரும் கைகளில் கோதுமை மாவு உருண்டைகளை ஏந்திக்கொண்டு படிகளில் இறங்கினோம். நிறைய மீன்கள் இருக்கும் இடமாக பார்த்து ஒவ்வொரு உருண்டையாக நான் பக்தியுடன் நீரில் போட்டேன். மொத்தம் ஆறு உருண்டைதான் வந்தது. "ஏழு உருண்டை செஞ்சோமே......" என்று நான் சந்தேகத்துடன் குண்டனைப் பார்த்தேன். அவன் வாயில் குங்குமச்சிவப்பைப் பார்த்தவுடன் முறைத்தேன்..

"பசியா இருந்துச்சு" என்றான் குண்டன். "பிச்சைக்கார நாயே..." என்று அவனைத் திட்டிவிட்டு, மேலும் ஒரு கோதுமை உருண்டை செய்து நீரில் விட்டு விட்டு வந்தோம். அந்த பூஜை செய்த பிறகு எங்களுக்கு கண்டிப்பாக ஃபர்ஸ்ட் பிரைஸ் விழும் என்று நாங்கள் உறுதியாக நம்பினோம்.

டிசம்பர் 14 இரவு. எங்கள் மூவருக்கும் தூக்கமே வரவில்லை. நான் தலைமாட்டிலேயே டிக்ஷனரியுடன் படுத்திருந்தேன். "நம்ப நம்பர் என்ன?" என்றான் மனோகர்.

"AD 22122" என்றபடி டிக்ஷனரியிலிருந்த லாட்டரி டிக்கெட்டை எடுத்து பார்த்தேன்.."இங்கத் தா..." என்று தம்பிகள் அந்த டிக்கெட்டை வாங்கி புன்னகையுடன் பார்த்தனர். நான் மேலே சுற்றிக்கொண்டிருக்கும் ஃபேனைப் பார்த்தபடி பகல் கனவில் ஆழ்ந்தேன்.

நாங்கள் இந்திய அளவில் புகழ்பெற்ற பணக்காரர்களாகி, மூன்று பேருக்கும் ஒரே நாளில் திருமணம் நடக்கிறது. எங்கள் திருமணத்திற்கு ரஜினி, கமல், விஜயகாந்த், சத்யராஜ், டி.ராஜேந்தர், பாக்யராஜ், மோகன், நடிகைகள் ஸ்ரீதேவி, ஸ்ரீப்ரியா, அமலா, நதியா, ரேவதி, ராதிகா, அம்பிகா, ராதா, அமெரிக்க அதிபர் ரீகன், இங்கிலாந்து ராணி எலிசெபத், தொழிலதிபர்கள் டாட்டா, திருபாய் அம்பானி... என்று பலரும் வருகிறார்கள்.

எனது மகளைக் கடத்திக்கொண்டு சென்று பத்து கோடி... வேண்டாம்... கற்பனையில் என்ன கஞ்சத்தனம்? நூறு கோடி கேட்கிறார்கள். ஆள் நடமாட்டமில்லாத சோழன் பாறை ஆத்தங்கரைக்கு பணத்துடன் வரச் சொல்கிறார்கள். நானும், என் தம்பிகளும் பணத்தைக் கொடுக்காமல் கடத்தல்காரர்களுடன் சண்டைப் போட்டு குழந்தையை மீட்கிறோம்.

“இவனப் பாரு...” என்று மனோகர் என் தோளில் தட்டி என் கற்பனையை வெட்டினான். குண்டன் ஒரு பேப்பரில் ஏதோ எழுதிக்கொண்டிருந்தான். குண்டன் “பரிசு விழுந்தவுடனே என்னென்ன வாங்கலாம்ன்னு எழுதிகிட்டிருக்கேன். கலர் டிவி... ஃப்ரிட்ஜ்... அப்புறம்... அப்பாவுக்கு ஒரு ஸ்கூட்டர் வாங்கித் தருவோம்”

“வேண்டாம். நேத்து விளையாண்டுட்டு லேட்டா வந்தோம்ன்னு நம்பள எப்படி அடிச்சாரு?” என்றேன் நான்.

“அடிச்சாலும் ராத்திரி ஜாங்கிரி வாங்கிட்டு வந்தாருல்ல?” என்றான் குண்டன்.

“உனக்கு திங்க வாங்கித் தந்தா எல்லாத்தையும் மறந்துடுவ... எப்படி வலிச்சுது தெரியுமா?”

“என்ன இருந்தாலும் நம்ப அப்பா... வாங்கித் தந்துடுவோம்டா...” என்றான் மனோகர். நான் கோபமாக “அதெல்லாம் முடியாது...” என்று கூறியபோது தெருவில் அப்பா சைக்கிள் நிறுத்தும் சத்தம் கேட்டது. “ஏய்... அப்பா வர்றாங்க... தூங்கு...” என்ற குண்டன் என் மீது காலைப் போட்டுக்கொண்டு தூங்குவது போல் நடித்தான்.அப்பா வந்து கதவைத் தட்ட... அம்மா எழுந்து வந்து கதவைத் திறந்தார். அப்பா, “முத்துகள் மூன்றும் தூங்கிடுச்சா?” என்றார்.

“ம்...”

“இந்த பெரிய பயலப் பாருடி. தூங்கறப்பக் கூட பக்கத்துல டிக்ஷனரிய வச்சுகிட்டேத் தூங்குறான்... பின்னாடி இங்கிலீஷ் புரஃபஸராயிடுவான்...” என்றபடி என் அருகில் படுத்தவர் சிகரெட் வாசனை கமகமக்க... என் கன்னத்தில் பிரியத்துடன் முத்தம்கொடுக்க... என் மனம் நெகிழ்ந்துவிட்டது. அப்பா உள்ளே சென்றவுடன் நான் கிசுகிசுப்பாக, “அப்பாவுக்கு ஸ்கூட்டர் வாங்கித் தந்துடலாம்...” என்றேன்.

காலை ஆறு மணிக்கே எழுந்துவிட்டோம். ஏழு மணிக்கு மேல் பொன் மகள் கடையை நோக்கி நடந்தோம். மனோகர், “நமக்கு விழுந்துருக்கும்ல?” என்றான்.

“நூறு பேருக்கு விழப்போவுது. அந்த நூத்துல ஒருத்தன் நான்...” என்று நான் கூறியதை, “நூத்துல ஒருத்தங்க நாம...” என்று திருத்தினான் மனோகர்.

“சரி... பணத்த எப்படிடா எடுத்துட்டு வர்றது?” என்று குண்டன் கேட்க... “சே...” என்று மண்டையில் அடித்துக்கொண்டு, “அதைப் பத்தி யோசிக்கவே இல்ல” என்றேன்.

அப்போது மனோகர் சிரிப்புடன், “நான் யோசிச்சேன்...” என்றபடி அவன் டவுசர் பாக்கெட்டிலிருந்து அந்த பெரிய வெள்ளைப் பையை எடுத்துக் காண்பித்தான். என் தம்பியின் முன்னறிவைப் பார்த்து என் கண்கள் கலங்கிவிட்டது. பையைப் பிரித்து பார்த்த குண்டன், “இந்தப் பை போதுமா?” என்றான்.

“தெரியலையே...” என்று முன்னால் வேகமாக நடந்தேன். கடையை நெருங்க இன்னும் சில நிமிடங்கள்தான் இருந்ததால் எனது கனவுகள் கன்னாபின்னாவென்று சிறகடித்து பறந்தன.

இந்தியா வரும் இங்கிலாந்து இளவரசி டயானா, திருச்சியில் நாங்கள் நடத்தும் அனாதை இல்லத்தை பார்வையிடுகிறார். நாங்கள் ஹெலிகாப்டர் வாங்குகிறோம். ஹெலிகாப்டரில் பறக்கும்போது பழுது ஏற்பட... நாங்கள் மூவரும் பாராசூட்டில் பறந்து மலைக்கோட்டையில் குதித்து தப்பிக்கிறோம். எங்கள் புதிய முதியோர் இல்லத்தை நடிகர் ரஜினிகாந்தும், கமலஹாசனும் திறந்து வைத்துவிட்டு எங்களைக் கட்டிப்பிடித்து வாழ்த்து சொல்கின்றனர். நான், “இது... என்னோட நீண்ட நாள் கனவு” என்கிறேன். என் கையைப் பிடித்து கிள்ளும் மனோகர், “எங்களோட கனவு...” என்று திருத்துகிறான்.

அந்த ஆண்டிற்கான ‘பத்ம’ விருதுகள் அறிவிக்கப்பட்டபோது, எங்கள் மூவருக்கும் பத்மஸ்ரீ பட்டம் அறிவிக்கப்படுகிறது. இந்திய வரலாற்றில் சகோதரர்கள் மூன்று பேர் சேர்ந்தாற்போல் பத்மஸ்ரீ விருது பெறுவது இதுதான் முதல் முறை என்பதால் இந்தியா முழுவதும் பரபரப்பாக பேசப்படுகிறது.

விருது வழங்கும் நிகழ்ச்சியில் அறிவிப்பாளர், “ஐ இன்வைட் மிஸ்டர் மகேந்திரன் & பிரதர்ஸ் டூ ரிஸீவ் தெயர் பத்மஸ்ரீ அவார்ட்ஸ்” என்று அழைக்க... நாங்கள் மூவரும் எழுந்து செல்கிறோம். குண்டன் என் காதில், “சாப்டுட்டு வந்துருக்கலாம். பயங்கரமா பசிக்குது” என்கிறான். நான் எரிச்சலுடன், “பத்மஸ்ரீ வாங்கறப்பக் கூட பசிக்கிற ஒரே ஆளு நீதான்டா...” என்கிறேன். வெள்ளை உடை அணிந்து கையில் கொடியுடன் நிற்கும் காவலர்களைக் கடந்து மேதகு ஜனாதிபதி ஆர். வெங்கட்ராமன் அருகில் செல்கிறோம். என் நெஞ்சில் பதக்கத்தைக் குத்தி சான்றிதழை அளித்த ஜனாதிபதி, “திருச்சிதானே நீங்க?” என்று தமிழில் கேட்கிறார்.

நான், “ஆமாம் சார்...” என்கிறேன் பணிவுடன்.

அதற்கு ஜனாதிபதி, "நான் யு.ஜி. திருச்சி நேஷனல் காலேஜ்லதான் படிச்சேன்" என்கிறார்.

அப்போது முதல் வரிசையில் அமர்ந்திருந்த என் அம்மாவும், அப்பாவும் ஆனந்த கண்ணீரையே விக்கி, விக்கி, தேம்பி, தேம்பி அழ... ஜனாதிபதி அவர்களை நோக்கிச் செல்கிறார். என் தந்தையின் கையைப் பிடித்து, "நீங்க அழக்கூடாது. இந்த மாதிரி பிள்ளைய பெத்ததுக்காக பெருமைதான் படணும்" என்று என் தோளில் கைவைத்துக் கூற... உடனே மனோகர் கடுப்பாக, "பிள்ளைங்கள பெத்ததுக்காக..." என்று திருத்துகிறான். விருதைப் பெற்றுக்கொண்டு நாங்கள் மீண்டும் நாற்காலியில் வந்து அமர்வதற்குள் லாட்டரிக் கடை வந்துவிட்டது.

கடைப் படிக்கட்டில் ஏறும்போது மனசு திக் திக்கென்று அடித்துக்கொண்டது. அப்போதுதான் கடையைத் திறந்திருந்த கடைக்காரர்கள் லாட்டரி சீட்டுகளை ஸ்டேண்டில் அடுக்கிக்கொண்டிருந்தார்கள். நான் மைக்கைத் துடைத்துக்கொண்டிருந்த மைக்காராரிடம், "அப்புறம்ண்ணன்... குலுக்கல்லாம் முடிஞ்சுடுச்சா?" என்றேன்.

"என்ன குலுக்கல்?"

"ராஜஸ்தான் பம்பர் குலுக்கல்"

"டேய்... இன்னைக்கு குலுக்கல்ன்னா இன்னைக்கு மதியானத்துக்கு மேலதான்டா குலுக்கல் நடக்கும்"

"குலுக்கல நாங்களும் பார்க்கலாமா?" என்று மனோகர் கேட்டவுடன் கடையில் அனைவரும் சத்தமாக சிரித்தனர். நாமக்காரர் புன்னகையுடன், "குலுக்கல் இங்க நடக்காதுடா... அது ஜெய்ப்பூர்ல மதியானம் மூணு மணிக்கு மேலதான் நடக்கும். நமக்கு ரிசல்ட் தெரிய நாளைக்கு காலைல ஆயிடும்"என்றவுடன் நாங்கள் ஏமாற்றத்துடன் ஒருவரை ஒருவர் பார்த்துக்கொண்டோம். அப்போது மனோகரின் கையிலிருந்த பையைப் பார்த்த மைக்காரர் சந்தேகத்துடன், "எதுக்குடா பை எடுத்துட்டு வந்துருக்கீங்க?" என்றார்.

குண்டன், "அப்புறம் பிரைஸ் பணத்த எதுல எடுத்துட்டுப் போவாங்க?" என்றவுடன் கடையில் மீண்டும் வெடிச்சிரிப்பு.

"லட்ச ரூபா பணத்தையும் சேர்ந்த மாதிரியே தந்துடுவீங்களா? இல்ல... பிரிச்சு பிரிச்சு தருவீங்களா?" என்றான் மனோகர்.

"டேய்... எப்படிரா அச்சு அசலா மூணு பேரும் பிரைஸ் விழுந்த மாதிரியே பேசுறீங்க..." என்றார் மைக்காரர். நாமக்காரர், "தம்பி... லட்ச ரூபா மொத்த பணமும் வராது. வரில்லாம் கழிச்சுகிட்டு

எழுபதாயிரம்தான் வரும்...” என்றவுடன் நாங்கள் மூவரும் ஒருவரை ஒருவர் அதிர்ச்சியுடன் பார்த்துக்கொண்டோம்.

“என்னடா... இப்படி சொல்றாங்க?முப்பதாயிரம் குறையுதுடா...” என்றான் மனோகர். நான் கோபத்துடன், “என்னங்க இது அநியாயமா இருக்கு. ஒரு லட்ச ரூபா பிரைஸ்ன்னு சொல்லிட்டு, இப்ப எழுபதாயிரம்தான் வரும்ங்குறீங்க?” என்றேன்.

மைக்காரர், “வெக்காளியம்மா தாயே... ஏம்மா இப்படி காலங்காத்தால என்னை சோதிக்கிற... டேய்... முதல்ல பிரைஸ் விழட்டும்டா. போய்ட்டு நாளைக்கு காலைல வாங்கடா” என்று எங்களை அனுப்பி வைத்தார்.

மறுநாள் காலை ஆறரை மணிக்கெல்லாம் கடைக்குச் சென்றுவிட்டோம். கடையில் நாமக்காரர் மட்டும்தான் இருந்தார். “குலுக்கல் முடிஞ்சிருச்சா?” என்றான் குண்டன்.

“முடிஞ்சிருச்சு தம்பி... நம்ப கடைக்கு ஒண்ணும் விழல...” என்று நாமக்காரர் கூறியவுடன் எனக்கு ஒன்றும் புரியவில்லை. “உங்க கடைக்கு விழலன்னா என்ன?என் சீட்டுக்கு விழுந்துருக்கா?”என்று கேட்க... மனோகர் என்னை முறைத்தபடி, “எங்க சீட்டுக்கு...” என்று திருத்தினான். “விழல தம்பி...”என்று அவர் சாதாரணமாக சொல்ல... நெஞ்சிற்குள் என் பிரமாண்டமான கனவு பலூன்கள் பட் பட்டென்று உடையும் சத்தத்தை என்னால் தெளிவாக கேட்க முடிந்தது. நான் மனதை அறுக்கும் வலியுடன் தம்பிகளைப் பார்த்தேன். அவர்கள் முகம் அழுவது போல் மாறியிருந்தது..

“அண்ணன்... நல்லா பாத்து சொல்லுங்கண்ணன்... லைஃப் ப்ராப்ளம்ண்ணன்...” என்றேன் தொண்டை அடைக்க.

“நல்லா பாத்துட்டன்டா. வேணும்ன்னா நீங்களே பாருங்க...” என்று அவர் செய்தித்தாளை என்னிடம் நீட்டினார். நான் முதல் பரிசிற்கு கீழ் இருந்த நூறு நம்பர்களிலும் *AD 22122* என்ற நம்பரைத் தேடினேன். எங்கள் நம்பர் இல்லவே இல்லை. மற்ற பரிசுகளாவது விழுந்திருக்கிறதா என்று நான் வரிசையாக ஐந்து ரூபாய் பரிசு வரைப் பார்த்தேன். ஐந்து பைசா கூட எங்களுக்கு விழவில்லை. .நான் மிகுந்த வேதனையுடன் பேப்பரை கீழே வைத்துவிட்டு திரும்பிப் பார்த்தபோது இரண்டு தம்பிகளும் இல்லை. நான் பதட்டத்துடன் அவர்களைத் தேடினேன். அவர்கள் விஜயா கஃபே வாசலில் அமர்ந்திருந்தார்கள்.

நான் வேகமாக அவர்களை நோக்கிச் சென்றேன். தலையைக் குனிந்தபடி அமர்ந்திருந்த குண்டனின் கண்களிலிருந்து கண்ணீர் வழிந்து கீழே சொட்டு சொட்டாக விழுந்துகொண்டிருந்தது.

“அழாதடா...” என்ற எனது குரலும் தழுதழுத்தது. மனோகர் ஆறுதலாக என் தோளைப் பிடித்து அழுத்தினான். நிமிர்ந்து என்னைக் கோபத்துடன் பார்த்த குண்டன், “பேசாம அந்த காசுல ரவாதோசையே வாங்கி சாப்பிட்டிருக்கலாம்” என்றான் கண்ணீருடன்.

ஏறத்தாழ 28ஆண்டுகளுக்கு பிறகும் அந்த லாட்டரிசீட்டை இன்னும் நான் பத்திரமாக வைத்திருக்கிறேன். நாங்கள் மூவரும் விஜயா கஃபே வாசலில் கண்ணீருடன் நின்ற அந்த டிசம்பர் 16, புதன்கிழமை காலை என் நினைவின் கீழடுக்குகளில் இன்னும் பத்திரமாக உள்ளது. சென்ற வாரம் பழைய புத்தகங்களை ஒழித்தபோது அந்த பழுப்பேறிய பழைய லாட்டரி டிக்கெட்டைப் பார்த்த என் மனைவி, “இதை ஏன் வச்சுகிட்டிருக்கீங்க? கிழிச்சு போட்டுடட்டுமா?” என்றாள். நான், “வேண்டாம் வை...அதுல ஒரு கதை இருக்கு” என்றேன்...

- குடும்ப நாவல்
1.11.2017

7

வளையோசை கலகலகலவென...

▼

நடிகை சமந்தா நான்காம் வகுப்பு படித்துக்கொண்டிருந்த... நடிகை கீர்த்தி சுரேஷ் மூன்று வயதில், தன் அம்மா மேனகாவின் பாட்டை டிவியில் பார்த்துவிட்டு மழலைக் குரலில், "டிவில மம்மி..." என்று சொல்லிக்கொண்டிருந்த கி.பி. 1995ஆம் ஆண்டு. இந்த வரலாற்று முக்கியத்துவம்(?) வாய்ந்த சம்பவங்கள் எல்லாம் எங்கோ நடந்துகொண்டிருப்பதை அறியாமல், நான் அந்த சிற்றூரின் அரசு நூலகத்தில், ஒரு வார இதழில் வெளிவந்திருந்த குஷ்புவின் புகைப்படத்தை ஏழு நிமிடங்களாக பார்த்தபடி அமர்ந்திருந்தேன். நீண்ட நேரமாக அந்தப் புத்தகத்திற்காக என்னருகில் காத்திருந்த பெரியவர், "தம்பி... படிச்சு முடிச்சுட்டீங்கன்னா தாங்க" என்றார்.

"இருங்க... படிச்சுட்டிருக்கன்ல?" என்றேன் முறைப்பாக.

"நீங்க எங்க தம்பி படிக்கிறீங்க? ஒரே பக்கத்தைதானே பாத்துகிட்டிருக்கீங்க..." என்றவரிடம் புத்தகத்தைக் கொடுத்த நான் மகேந்திரன். வயது 26. ஈறுகெட்ட எதிர்மறை பெயரெச்சத்தை, கடைசி வரையிலும் மாணவர்களுக்குப் புரியாமலேயே சொல்லிக் கொடுத்துக்கொண்டிருக்கும் தமிழ் வாத்தியார் ராஜகோபாலின் மகன். ஐஏஎஸ் ப்ரிலிமினரி தேர்வெழுதுவதற்கான விண்ணப்பத்தை போஸ்ட் பாக்ஸில் போட்ட வினாடி முதல், கலெக்டராகி, சைரன் காரில் வீட்டில் வந்து இறங்கும் கனவுகளோடு வாழ்ந்துகொண்டிருக்கிறேன். கலெக்டரானவுடன், எஸ்பியிடம் சொல்லி அந்த பெரியவரை ஏதாவது ஒரு கேஸில் உள்ளே தள்ள முடிவெடுத்துவிட்டு, என் நண்பன் சத்யாவைத் தேடினேன். அவன் உள்ளே நூலகரின் அறைக்குள், ஏதோ சண்டை போட்டுக்கொண்டிருந்தான்.

சத்யா, பள்ளியிலிருந்து கல்லூரி வரை என்னுடன் படித்தவன். கல்லூரி காலத்தில் 'சத்யா' படம் பார்த்துவிட்டு, அவன் பெயரும்

'சத்யா' என்பதால், வேலையில்லாமல், தாடி வைத்துக்கொண்டு, சமூக கோபத்துடன் திரிந்தால் அமலா போல் காதலி கிடைப்பாள் என்று ஆழமாக நம்பியவன். அதனால் ஏழு வருடங்களாக 'சத்யா' கமல் போல், க்ளோஸ் ஹேர்கட், தாடியோடு, சட்டைக் கையை மடித்துவிட்டுக்கொண்டு, கழுத்தில் கறுப்புக் கயிறோடு திரிந்தும், அமலா இல்லை... ஒரு சாதா கமலா கூட கிடைக்கவில்லை, இத்தனைக்கும் ஆள் கட்டுமஸ்தாக அழகாகத்தான் இருப்பான். சமீப காலமாக 'வறுமையின் நிறம் சிவப்பு' கமல் போல், கோபமாக பாரதியார் கவிதைகள் சொல்லிப் பார்த்தும் ஒரு பலனும் கிடைக்காமல் கடுப்பாகி, எப்போதும் கோபத்துடன் திரிந்துகொண்டிருக்கிறான். நான் நூலகர் அறைக்குள் நுழைய... சத்யா நூலகரிடம், "மேகஸின்ஸ் வந்தா உடனே பிரிச்சு வைங்க சார்" என்று சத்தம் போட்டுக்கொண்டிருந்தான். பூ மேல் அமர்ந்திருக்கும் பூர்ணம் விஸ்வநாதன் போல் சாந்தமான தோற்றத்திலிருந்த நூலகர், "எப்ப வைக்கணும்ன்னு எங்களுக்கு தெரியும் தம்பி" என்றார்.

"கொஞ்சமாச்சும் பொறுப்பா இருங்க சார்... எங்க வரிப்பணத்துலதான் நீங்க சம்பளம் வாங்குறீங்க" என்றான் இது வரையிலும் அஞ்சு பைசாக் கூட அரசுக்கு வரி கட்டியிராத சத்யா.

"தம்பி... முதல்ல மரியாதையா பேசக் கத்துக்குங்க" என்று நூலகர் குரலை உயர்த்தினார். சட்டென்று கோபமான சத்யா, "என்ன... மிரட்டுறீங்களா? அக்கினிக்குஞ்சொன்று கண்டேன்..." என்று பாரதியார் பாட்டை ஆரம்பித்தான். நூலகர் மிரண்டு போய், "இப்ப எதுக்கு கெட்டவார்த்தைல திட்டுறீங்க?" என்றார். "யோவ்... நான் திட்டலய்யா. இது பாரதியார் கவிதை" என்ற சத்யாவின் தோளைப் பிடித்து வெளியே அழைத்து வந்தேன்.

நூலகத்திலிருந்து வெளியே வந்து, வேப்பமரத்தடியிலிருந்த சைக்கிளை நெருங்கினேன். அருகிலிருந்த கல்யாண மண்டபத்திலிருந்து, "போவோமா ஊர்கோலம்..." பாடல் ஒலித்துக்கொண்டிருந்தது. அப்போது தெரு முனையில் டிவிஎஸ் 50-யில் வரும் காளியைப் பார்த்துவிட்டு, "டேய்... காளிடா..." என்றபடி வேகமாக மரத்துக்குப் பின்னால் பதுங்கினேன். "காளியா?" என்ற சத்யாவும் பதறிப்போய் மரத்திற்குப் பின்னால் மறைந்துகொண்டான்.

காளி எங்களுடன் பள்ளியில் படித்தவன். எட்டாவது கூட பாஸ் பண்ண வைக்காத கல்வித் திட்டத்தின் மீது கோபமுற்று, அத்தோடு படிப்பை நிறுத்திக்கொண்டவன். மார்க்கெட்டில் ஆண்களுக்கு 5 வட்டிக்கும், பெண்களுக்கு 2 வட்டிக்கும் தண்டல்

விட்டுக்கொண்டிருக்கிறான். பிரச்சனை அதுவல்ல. காளி, செல்வியக்கா பஜ்ஜி கடையில் சக வாடிக்கையாளராக சந்தித்த சித்ரா என்ற பெண்ணை கடந்த ஒரு மாதமாக காதலித்துக்கொண்டிருக்கிறான். அதனால் பார்க்கும் நண்பர்களிடம் எல்லாம் தினமும், "மாப்ள... அவ சிரிக்கிறப்ப வாய்லருந்து மத்தாப்பூ சிதறுதடா..." என்று மணிக்கணக்கில் கொத்துக்கறி போடுவான்.

காளி நேராக லைப்ரரி வாசலில்தான் வண்டியை நிறுத்தினான்.

"நம்ப இங்கதான் இருப்போம்னு தெரியும். சரி விடு... சிகரெட் வாங்கித் தரச் சொல்வோம்" என்று சத்யா கூற... வெளியே வந்தோம். எங்களைப் பார்த்தவுடன், மந்தகாசப் புன்னகையுடன் அருகில் வந்தான் காளி.

"என்னடா... மந்திரிச்சு விட்ட கோழி மாதிரி வர?" என்றான் சத்யா.

"இப்பதான் சிஜ்ஜிய பாத்துட்டு வரேன்."

"சிஜ்ஜியா?" என்றான் சத்யா குழப்பத்துடன்.

"சித்ராதாண்டா. 'எனக்கு எதாச்சும் செல்லப்பேர் வச்சுக் கூப்பிடு'ன்னு சித்ரா ஒரு வாரமா ஒரே அடம். அப்புறம் நம்ம பக்கத்துவீட்டு புரொஃபஸர்கிட்ட டிஸ்கஸ் பண்ணி, இந்தப் பேரப் பிடிச்சேன். எப்படி இருக்கு?" என்றான்.

"சகிக்கல... நாங்க கிளம்புறோம்" என்றேன்.

"என்னடா கிளம்புறீங்க... எவ்ளோ விஷயம் பேசவேண்டியிருக்கு."

"அப்பன்னா அரை பாக்கெட் சிகரெட் வாங்கித் தா."

"உங்களுக்கில்லாததா மாப்ள?" என்று டீக்கடைக்கு அழைத்துச் சென்றான். எங்களுக்கு டீயும், சிகரெட்டும் வாங்கிக் கொடுத்துவிட்டு, "சிஜ்ஜி சிரிக்கிறப்ப, அது வாய்லருந்து மத்தாப்பு சிதர்ற மாதிரியே இருக்குடா..." என்று ஆரம்பித்தான். நான் எரிச்சலுடன், "ஒரு மாசமா இதையேதான் சொல்லிகிட்டிருக்க. எதாச்சும் புதுசா சொல்லுடா..." என்றேன். "சொல்றேன்..." என்றவன் கைபேகிலிருந்து ஒரு பேப்பரை எடுத்து பிரிக்க... அதில் பாதி வாழைக்காய் பஜ்ஜி இருந்தது.

"இதென்னடா பாதி பஜ்ஜி?"

"சிஜ்ஜி பாதி சாப்டுட்டு கொடுத்தது. அவ மேல உண்மையான காதல் இருந்தா, இன்னைக்கி ஃபுல்லா இதை வச்சிருந்து சாப்பிடணும்னு சொல்லியிருக்கு..." என்ற காளி, பஜ்ஜியின்

முனையில் நுனிப்பல்லால் கொஞ்சமாக கடித்து சாப்பிட்டான். கடுப்பான நான், அந்த பஜ்ஜியைப் பிடுங்கி அப்படியே என் வாயில் போட்டு அமுக்க... "டேய்... டேய்..." என்ற காளியின் முகம் அழுவது போல் ஆகிவிட்டது. சத்யா, "விடுரா... நம்ம பயதானே தின்னான்" என்று காளியை சமாதானப்படுத்தினான்.

"இல்ல மாப்ள... இது மட்டும் சிஜ்ஜிக்குத் தெரிஞ்சுதுன்னா, உயிர விட்டுடும் மாப்ள..."

"விடுரா மாப்ள. அப்புறம்... சிஜ்ஜி என்னா சொல்றா? பட்டர் பிஸ்கெட் எடுத்துக்கட்டுமா? என் தங்கச்சி பிரியமா சாப்பிடுவா" என்றான் சத்யா. காளி "எடுத்துக்கோ" என்றவுடன், சத்யா பத்து பிஸ்கெட்டை எடுத்து பேப்பரில் கட்டியபடி, "ம்... சொல்லு மாப்ள..." என்றான்.

"சிஜ்ஜி என்னை தினம் நாட்டுக்கோழி முட்டை குடிக்கச் சொல்லுது. நம்ம ஊருல எங்க மாப்ள நாட்டுக்கோழி முட்டை கிடைக்கும்?" என்று கேட்க... நான், "ம்... சுடுகாட்டுல. நீ முதல்ல வந்த விஷயத்தச் சொல்லு" என்றேன்.

"மாப்ள... என் ஆளு எனக்கு ஒரு லெட்டர் எழுதியிருக்குப் பாரு... கண்ணெல்லாம் கலங்கிடுச்சு" என்ற காளி கலங்காத கண்களை ஒருமுறை துடைத்துக்கொண்டான். பின்னர் பேண்ட் பாக்கெட்டிலிருந்து ஒரு கடிதத்தை எடுத்துப் பிரிக்க... கடிதத்திற்குள்ளிருந்து ரோஜாப்பூ கீழே விழுந்தது.

"சிஜ்ஜிதான் லெட்டர்க்குள்ள ரோஜாப்பூ வச்சு கொடுத்துச்சு. எப்பவும் டோட்டல் ரொமான்ஸ்ல இருப்பா" என்று கீழே விழுந்த ரோஜாப்பூவை எடுத்து முகர்ந்து பார்த்தான். "இதைக் கொஞ்சம் பத்திரமா வச்சுக்கோ" என்று என்னிடம் கொடுத்துவிட்டு கடிதத்தை படிக்க ஆரம்பித்தான்.

"என் கண்ணோடு கண்ணாக கலந்துவிட்ட காதல் கண்ணாளனே..." என்று ஆரம்பித்துவிட்டு, "என்னா அறிவுல்ல? ஒரே வாக்கியத்துல மொத்தம் மூணு கண்ணு" என்று காளி கூற... சத்யா, "ஹச்..." என்று தும்மினான். அவனை முறைத்த காளி தொடர்ந்து, "உன் மீது எனக்கு மிகவும் கோபம். இன்று காலை செல்வியக்கா கடையில் நீ பஜ்ஜி வாங்கித் தரும்போது" என்று படிக்க... சத்யா, "டேய்... தினம் பஜ்ஜிக் கடைலதான் லவ் பண்ணுவீங்களா?" என்றான். "சிஜ்ஜிக்கு பஜ்ஜின்னா ரொம்ப பிடிக்கும்" என்ற காளி தொடர்ந்து கடிதத்தை படித்தான்.

"நீ செல்வியக்காவிடம் பேசும்போது, ரஜினி போல் சிரித்ததைப் பார்த்து எனக்கு கோபம் வந்துவிட்டது. அந்த ரஜினி சிரிப்பு

எனக்கு, எனக்கு, எனக்கு மட்டுமே சொந்தம் கண்ணாளா...” என்று படிக்க... நாங்கள் அதிர்ந்தோம். இத்தோடு விடாமல் காளி ரஜினி போல், “ஹஹ்ஹா... ஹா... ஹா...” என்று சிரிக்க... நான் ஆத்திரத்துடன் கையிலிருந்த ரோஜாப் பூ இதழ்களைப் பிய்த்து தின்ன ஆரம்பித்துவிட்டேன். காளி தொடர்ந்து படித்தான்.

“செல்வியக்கா கடையில் நான் பஜ்ஜியை அப்படியே சாப்பிடப் பார்க்க... நீ ‘எண்ணெய் உடலுக்கு கேடு’ என்று அந்த எண்ணெயை ஒரு பேப்பரில் அழுத்தி எடுத்துவிட்டு என்னிடம் கொடுத்தாய். அப்போதுதான் நீ என் மீது எவ்வளவு உயிராக இருக்கிறாய் என்று புரிந்து என் கண்கள் கலங்கிவிட்டது. ஆமாம்... நீ வெங்காய பஜ்ஜி சாப்பிட்டபோது, என்னை ஏன் அப்படி விழுங்குவது போல் பார்த்தாய். நீ விழுங்கியது வெங்காய பஜ்ஜியா? இல்லை இந்த சிங்கார சிஜ்ஜியா?” என்று படிக்க, சத்யா மடேரென்று ஓங்கி என் தலையில் அடித்தான்.

“என்ன ஏன்டா அடிக்கிற?” என்றேன் நான் தலையில் தடவியபடி. சத்யா, “ஒண்ணுமில்ல. உன் தலைல ஈ. காளி... நீ அந்த பஜ்ஜி மேட்டர விட்டுட்டு வேற எதாச்சும் இருந்தா படி” என்றான்.

“ஆனாலும் நீ ரொம்ப மோசம்...” “டேய்... நான் என்னடா பண்ணினேன்?” ”

“லெட்டர்ல எழுதியிருக்காடா” என்று தொடர்ந்து படித்த காளி, “ஆனாலும் நீ ரொம்ப மோசம். கனவில் இப்படியா நீ என் கன்னத்தில் கடிப்பது? காலையில் எழுந்து கண்ணாடியில் பார்த்தால், கன்னம் அப்படி வீங்கியிருக்கிறது...” என்று படிக்க... நான் வெறி அதிகமாகி, “அய்யோ... அய்யோ...” என்று மரத்தில் முட்டிக்கொண்டேன். “டேய்... என்னாச்சுடா?” என்றான் காளி என் தோளை பரிவாகத் தொட்டு.

“கனவுல கடிச்சதுக்கு எப்படிரா கன்னம் வீங்கும்?”

“அதான்டா காதல். இதுக்கே இப்படி சொல்றியே... என் கனவுல அவளுக்கு காய்ச்சல் வந்ததுக்கு, நான் காலைல மாத்திரை சாப்பிட்டேன் தெரியுமா?” என்றான். அரண்டுபோன நான் அவன் காலைத் தொட்டுக் கும்பிட்டு, “போதும்டா... சீக்கிரம் லெட்டரப் படிச்சு முடிரா” என்றேன் அழுவது போல்.

தொடர்ந்து அவன், “இப்படிக்கு எப்போதும் உன்னை நினைத்து இதயம் படபடத்து, உள்ளம் துடிதுடித்துக்கொண்டிருக்கும் உன் சிங்கார சிஜ்ஜி... சிஜ்ஜி... சிஜ்ஜி...” என்று முடித்தபோது சத்யாவின் தலை கலைந்து, சட்டையின் மேலிரண்டு பட்டன்கள் தானாகவே அவிழ்ந்திருந்தது. “என்னமா எழுதியிருக்காள்ல?” என்ற காளியை

முறைத்த சத்யா, "சிகரெட் வாங்கித் தந்த ஒரே காரணத்துக்காக உன்னை உயிரோட விடுறேன். நாங்க கிளம்புறோம்" என்று சைக்கிளை எடுத்தான்.

"இரு மாப்ள... ஒரு லெட்டர்தான் படிச்சிருக்கேன். இன்னும் நாலு லெட்டர் இருக்கு."

"நாலு லெட்டரா?" என்று அலறிய சத்யா சிகரெட் பாக்கெட், பட்டர்பிஸ்கெட் பார்சலை எல்லாம் காளியிடம் கொடுத்துவிட்டு, "டேய்...... என்னை விட்டுடுரா..." என்றவன் வேகமாக சைக்கிளில் ஏறி உட்கார்ந்தான். ஏமாற்றத்துடன் காளி, "டேய்... அந்த ரோஜாப்பூவத் தாடா" என்று என்னிடம் கேட்க... நான் காம்பை மட்டும் அவனிடம் கொடுத்துவிட்டு, சைக்கிள் கேரியரில் ஏறிக்கொண்டேன். சைக்கிளை மிதித்தபடி சத்யா, "மனசு ஒரு மாதிரியா இருக்குடா" என்றான்

"ஏன்டா?"

"ஊதுபத்திக்கு பேன்ட் சட்டைப் போட்டவன் மாதிரி இருக்கிறவன்லாம் காதலிக்கிறான். நமக்கு ஒரு காதல் வரமாட்டேங்குதே..."

"மச்சி... அதெல்லாம் தானா அமையணும்டா..."

"இவன்லாம் பேசுறதக் கேக்குறப்ப தாழ்வு மனப்பான்மையா இருக்கு. நம்ம அழகில்லையோன்னு தோணுதுடா... இவனுக்காகவாச்சும் ஒரு பொண்ண லவ் பண்ணி ஆவணும்டா" என்றான்.

மறுவாரம், நான் நூலகத்தில், செய்தித்தாள் விளம்பரத்தில் குஷ்பு படத்தைப் பார்த்துக்கொண்டிருந்தேன். எதிரில் நிழலாட... நிமிர்ந்தேன். காளி. அவனைப் பார்த்தவுடன் நான் எழுந்து ஓடினேன். காளி, "டேய்.. டேய்... இருடா. லெட்டர்லாம் கொண்டு வரல. வேறொரு விஷயமா வந்தேன். சத்யா எங்க?" என்றான். "ஒரு நிமிஷம் இரு..." என்ற நான் நூலகர் அறைக்குச் சென்றேன். சத்யா நூலகரிடம் ஆவேசமாக, "கொலைவாளினை எடடா... மிகு கொடியோர் செயல் அறவே" என்று ஆவேசத்துடன் பாட... நூலகர், "என்ன தம்பி... ரொம்ப வயலன்ட்டா பேசுறீங்க" என்றார் பயத்துடன்.

"இது வயலன்ட் இல்லங்க. பாரதியார் கவிதை" என்றான் சத்யா வழக்கம்போல். நான் மெதுவாக, "டேய்... இது பாரதிதாசன் கவிதை" என்றேன்.

"இருக்கட்டும். நமக்கு கவிதைன்னாலே பாரதிதான்."

90 ■ மதுவந்தி

"இப்ப என்ன கொடிய செயல் நடந்துச்சு?"

"லைப்ரரி ஆர்டர்ல வந்த புது புக்க எல்லாம், ஆறு மாசமா என்ட்ரி போடாம மூலைலயே வச்சுருக்காரு."

"சரி... இத அப்புறம் விசாரிச்சுக்கலாம். காளி வந்துருக்கான்."

"காளியா?" என்று அலறிய சத்யா, "கொலைவாளினை எடடா..." என்று வெளியே நின்றிருந்த காளியைப் பார்த்து பாட... காளி பீதியாகிவிட்டான். நான், "லவ் லெட்டர்ல்லாம் இல்லை... வேற ஒரு விஷயம்ங்கிறான்" என்றவுடன் சத்யா நூலகர் அறையிலிருந்து வெளியே வந்தான். காளி, "சத்யா... ஒரு ஹெல்ப்பு. அங்க பாரேன்..." என்று வெளியே காட்டினான். நூலகத்தின் மதில்சுவருக்குள் இருந்த வேப்பமரத்தடியில், நீல நிற தாவணி அணிந்துகொண்டு ஒரு பெண் நின்றிருந்தாள்..

"யார்ரா இது?"

"நம்ம சிஜ்ஜியோட ஃப்ரண்டு. பேரு மஹா. இப்பதான் அண்ணாநகருக்கு புதுசா குடிவந்துருக்கா. அண்ணாநகர் கலை மன்றம் சார்பா, அடுத்த மாசம் பொங்கல் விழால்லாம் நடத்துவாங்கள்ல? கவிதைப் போட்டிக்கு மஹா பேர் கொடுத்திருக்கா. ஆனா கவிதைல்லாம் எழுதத் தெரியாது. என்ன பண்ணலாம்ன்னு கேட்டா. நீ நிறைய புத்தகம்ல்லாம் படிப்பீல்ல? எதாச்சும் கவிதை மாதிரி எழுதித் தா..."

"சீ... இதெல்லாம் ஒரு பொழப்பு..." என்ற என் கையைப் பிடித்து நிறுத்திய சத்யா அந்தப் பெண்ணை உற்று பார்த்தபடி, "இரு மகேந்திரா... அந்தப் பொண்ணு சிரிக்கிறப்ப வாய்ல இருந்து மத்தாப்பூ சிதற்ற மாதிரியே இருக்கு..." என்றவுடன் அதிர்ந்தேன். நான், "டேய்... ஆளு சுமாதாரரான் இருக்கு" என்று சொன்னதை காதில் வாங்கிக்கொள்ளாமல், சத்யா மத்தாப்பை நோக்கி நடந்தான். ஒரு ஆண் காதலிப்பது என்று முடிவுசெய்துவிட்ட பிறகு, பார்க்கும் பெண்கள் எல்லாம் அழகாகத் தெரிவதைத் தவிர்க்கவே முடியாது.

காளி, "மஹா... இவன்தான் சத்யா... இவங்க பேரு மஹா..." என்று அறிமுகப்படுத்தி வைத்தான். மஹா, சிவப்பு - கறுப்பு = மாநிறமாக இருந்தாள். சிறிய வட்ட முகம். கண்கள், மூக்கெல்லாம் நன்றாகத்தான் இருந்தது. ஆனால் கடவுள் அவளது உதடுகளையும், தாடையையும் சீர் செய்வதற்குள் வேறு ஏதோ வேலை வந்து, பாதியில் விட்டுவிட்டுப் போனது போல் இருந்தாள்.

சத்யா ஸ்டைலாக, "ஹலோ..." என்றான். அவள் இரு கைகளையும் குவித்து, "வணக்கம்" என்றவள், "நீங்க

கவிஞர்ன்னவுடனே ஜிப்பா போட்டுகிட்டு, ஜோல்னாப் பையோட இருப்பீங்கன்னு நினைச்சேன்" என்றாள்.

நான், "தமிழ் சினிமால காமிக்கிற அத்தனையும் தப்பு. நம்பாதீங்க. அப்புறம்... இவன் கவிதைல்லாம் எழுதமாட்டான்" என்றவுடன் முகம் மாறிய மஹா சட்டென்று, "அப்ப நான் வர்ரேன்ங்க..." என்று வேகமாக திரும்பிச் சென்றாள். "டேய்..." என்று என்னை முறைத்த சத்யா, "இருங்க... முதல்ல கவிதைல்லாம் எழுதுவேன். இப்ப எழுதறதுல்ல. இருந்தாலும் நீங்க கேட்டீங்கன்னா எழுதிடலாம். சரி. உங்களப் பத்திச் சொல்லுங்க. உங்கப்பா என்ன பண்றாரு?" என்றான்.

"தாலுகா ஆபிஸ்ல பியூனா இருக்காரு"

"உங்களுக்குதான் கவிதை எழுத வராதே. அப்புறம் ஏன் கவிதைப்போட்டிக்கு பேர் கொடுத்தீங்க?"

"எனக்குக் கோலம் போட வராது. பாட்டுப் பாடவும் தெரியாது. அதனால அந்த போட்டில எல்லாம் கலந்துக்கமுடியாது. கவிதைப் போட்டின்னா, யார்கிட்டயாச்சும் எழுதி வாங்கி, மனப்பாடம் பண்ணி, அங்க போய் எழுதி, மேடைல படிச்சா போதும். அதுவுமில்லாம எனக்கு தமிழ் ஆர்வம் அதிகம். பத்தாவது ஃபெயிலானாலும், தமிழ்ல்லதான் நிறைய மார்க் வாங்கினேன்" என்றாள்.

"எவ்வளவு?"

"நூத்துக்கு எட்டு..." என்றாள் 100-க்கு 80 போல்.

"அடேங்கப்பா..." என்ற காளியை முறைத்த சத்யா, "எழுதிடலாம்ங்க. என்ன தலைப்பு?"

"மகளிர் விடுதலை. லேடீஸ் மட்டும்தான் கலந்துக்கறாங்க. போன வருஷம் ஒரு கவிதையவே, ஒரு குயர் நோட்டு ஃபுல்லா எழுதிட்டு வந்து படிச்சாங்களாம். அதனால நாலு வரிக்குள்ள இருக்கணும்ன்னு சொல்லிட்டாங்க."

சத்யா, "எழுதிடுவோம்" என்றவுடன் மஹா சரக்கென்று ஒரு பேப்பரை எடுத்து நீட்டி, "எழுதித் தாங்க" என்றாள்.

"அய்யோ... கவிதைல்லாம் இப்படி சட்டுன்னு வராது. திங்க் பண்ணணும்ங்க."

"இங்க் பேனாதான் எடுத்துட்டு வந்துருக்கேன்."

"அய்யோ... இங்க் இல்லங்க. திங்க் பண்ணணும். யோசிக்கணும்ங்கிறதுக்கு இங்கிலீஷ்ல..."

“அப்படியா? நான் இங்கிலீஷ்லதான் வீக்கு. நீங்க எப்ப திங்க் பண்ணுவீங்க?”

“ம்... நாளைக்கு இந்நேரத்துக்கு இங்க வாங்க.”

“தேங்க்ஸ்ங்க” என்று நகர்ந்தவள், “சுமாராால்லாம் திங்க் பண்ணக்கூடாது. சூப்பரா திங்க் பண்ணனும்” என்றாள். நான், “உஷ்...” என்று தலையை உலுக்கிக்கொண்டேன். அவள் போனவுடன் சத்யா, “வளையோசை கலகலகலவென...” என்று அவளைக் காதலுடன் பார்த்தபடி பாடினான். நான், “டேய்... சரியான அரைலூசு மாதிரி இருக்கா. இவளதான் திங்க் பண்ண... சீ... லவ் பண்ணப் போறியா?” என்றேன்.

“லவ் பண்ணப்போகல. லவ் பண்ணிட்டேன். வெகுளியா, அப்பாவியா பேசுற பொண்ணுங்கள எனக்கு எப்பவுமே பிடிக்கும்.”

மறுநாள் காலை. நான் நூலகத்தின் ஜன்னல் வழியாக, வெளியே சுவரில் தெரிந்த திரைப்பட போஸ்டரிலிருந்த குஷ்புவைப் பார்த்துக்கொண்டிருந்தேன். பக்கத்தில் ஆள் வர... திரும்பினேன். மஹா. “கவிஞர் இல்லீங்களா?” என்றாள்.

“கவிஞர்?” என்றேன்.

“கவிஞர் சத்யா” என்றாள். நான் ஒன்றும் பேசாமல் நூலகர் அறைக்கு அவளை அழைத்துச் சென்றேன். சத்யா கோபமாக நூலகரிடம், “வேடிக்கை மனிதரைப் போலே, நான் வீழ்வேன் என்று நினைத்தாயோ?” என்று கேட்டுக்கொண்டிருந்தான். நூலகர், “நான் அப்படில்லாம் நினைக்கல தம்பி” என்று கூறிக்கொண்டிருந்தபோது மஹாவைப் பார்த்த சத்யா கூலாகி, “வாங்க...” என்று அவளை வெளியே அழைத்து வந்தான்.

“நீங்க திங்க் பண்ணிட்டீங்களா?” என்றாள் மஹா.

“ம்... பண்ணிகிட்டிருக்கேன்.”

“நீங்க சொல்லுங்க... நான் எழுதிக்கிறேன்” என்று ஒரு நோட்டுப்புத்தகத்தை விரித்தாள்.

“ம்... எழுதுங்க. நாளும்” என்றான் சின்னா மஹா, “நாளும்” என்று எழுதியதைப் பார்த்து நானும், சத்யாவும் அரண்டுபோனோம். மூன்றெழுத்து கொண்ட ஒரு தமிழ் வார்த்தையில், ஐந்து பிழைகள் செய்த நபரை என் வாழ்க்கையில் இப்போதுதான் பார்க்கிறேன். சத்யா, “இருங்க... நானே எழுதிடுறேன்” என்று நோட்டுப்புத்தகத்தை வாங்கினான்.

*நாளும் கிழமையும்
நலிந்தோர்க்கில்லை
ஞாயிற்றுக்கிழமையும்
பெண்களுக்கில்லை...*

என்று எழுத... எனக்கு குப்பென்று வியர்த்துவிட்டது. "டேய்... இது எழுத்தாளர் கந்தர்வன் எழுதின கவிதைடா(கந்தர்வனின் 'வளையல் விலங்குகள்' என்ற கவிதையில் வரும் இவ்வரிகள், அந்த காலகட்டத்தில் மிகவும் புகழ்பெற்றது. கந்தர்வன் இதை பொதுவுடைமை இயக்க மகளிர் மாநாடுகளில் உணர்ச்சிகரமாக படிப்பார். பின்னர் இக்கவிதை அவருடைய கவிதைத் தொகுப்பிலும் இடம்பெற்றது)" என்றேன் அவன் காதில் கிசுகிசுப்பாக.

"அதேதான். நீ பேசாம இரு..."

"இதெல்லாம் அநியாயம்டா. இன்னொருத்தர் கவிதையப் போயி..."

"காதல்ல எதுவுமே தப்பில்ல."

"டேய்... யாருக்காச்சும் தெரிஞ்சா அசிங்கம்டா" என்றேன்.

"இதெல்லாம் நம்ம ஊர்ல யாருக்குடா தெரியும்?" என்றவன் அவளிடம் கவிதை நோட்டை நீட்டினான். கவிதையைப் பார்த்த மஹா, "அய்யோ... கவிதை அருமையா இருக்கு" என்று சந்தோஷமாக சொல்லிவிட்டு, "ஆமாம்... இதுக்கென்ன அர்த்தம்?" என்றாள். சத்யா மடேரென்று தன் தலையில் ஓங்கி அடித்துக்கொண்டான்.

"என்னாச்சுங்க?"

"ஈ... தலைல ஈ" என்றவன், "இந்தக் கவிதைக்கு என்ன அர்த்தம்ன்னா, தீபாவளி, பொங்கல் மாதிரி விசேஷம்ல்லாம் ஏழை, பாழைங்களுக்கு இல்ல. ஆனா பெண்களுக்கு ஞாயித்துக்கிழமையும் கூட இல்ல..." என்றான். இதைக் கேட்டு கலகலவென்று சிரித்த மஹா, "அய்யோ... என்னங்க நீங்க? ஞாயித்துக்கிழமை மட்டும் எப்படி லேடீஸ்க்கு இல்லாமப் போகும். போன வாரம் கூட எங்களுக்கு ஞாயித்துக்கிழமை வந்துச்சு" என்றாள். "கஷ்டம்டா சாமி..." என்று முனகிய நான், "அப்படி அர்த்தம் இல்லங்க. இப்ப... ஞாயித்துக்கிழமைன்னா எல்லோருக்கும் லீவு. ஆனா அன்னைக்கி கூட லேடீஸ் வீட்டு வேலை செஞ்சுதானே ஆகணும். அதைத்தான் கந்தர்வன் சொல்றாரு..." என்றவுடன் சத்யா என் காலில் ஓங்கி மிதித்தான்.

"அதாரு கந்தர்வன்?"

"கந்தர்வன் இல்லங்க. கவிஞன்... கவிஞன்..." என்றான் சத்யா. "ஓஹோ..." என்றவளிடம் சத்யா, "கவிதைய விட பெரிய விஷயம். நீங்க மேடைல அதை எப்படி உணர்ச்சிகரமா சொல்றீங்கங்கிறதுலதான் விஷயம் இருக்கு. எங்க சொல்லுங்க..." என்று கூற... அவள் 'ஒண்ணும் ஒண்ணும் ரெண்டு" என்பது போல் உணர்ச்சியே இன்றி கவிதையைப் படித்தாள்.

"அப்படி இல்லீங்க. நல்லா உணர்ச்சிகரமாக படிக்கணும்..." என்று சத்யா அவளுக்கு கவிதையை உணர்ச்சிகரமாக படிக்கச் சொல்லி கொடுப்பதற்குள் மணி பன்னிரெண்டாகிவிட்டது.

மறுநாள். நான் நூலகத்தில் மாட்டியிருந்த காலண்டரிலிருந்த குஷ்புவை பார்த்தபடி அமர்ந்திருந்தேன். நூலகர் இல்லை என்பதால் சத்யா என்னருகில் அமர்ந்து புத்தகம் படித்துக்கொண்டிருந்தான். வெளியேயிருந்து, "கவிஞர் சத்யா சார்..." என்று குரல் கேட்க... சத்யா சார் நிமிர்ந்தார். வெளியே மரத்தடியில் நின்றுகொண்டிருந்த மஹாவின் முகம் கலவரமாக இருந்தது. இருவரும் எழுந்து வெளியே வந்தோம். மஹா சத்யாவிடம், "மேடைல கவிதைய படிக்கணும்ன்னு நினைச்சாலே எனக்கு ரொம்ப பயமா இருக்குங்க" என்றாள்.

"இதுக்கெல்லாம் பயப்படாதீங்க."

"நீங்க சொல்லிடுவீங்க... ஆனா நினைக்கிறப்பவே வேர்த்து விறுவிறுத்துப்போயிடுது. பேசாம, கவிதைப்போட்டில கலந்துக்காம விட்டுரலாம்ன்னு பாக்குறேன்."

"அய்யோ... உங்களுக்கு இருக்கிறது ஸ்டேஜ் ஃபியர். அவ்வளவுதான். நான் கொஞ்சம் மோட்டிவேட் பண்ணா சரியாயிடும்"

"அப்படின்னா?"

"ம்... உங்கள ஊக்கப்படுத்தணும்ன்னு சொன்னேன்"

"ம்... சரி வாங்க... ஊக்கப்படுத்துங்க..." என்ற மஹா மரத்தடியில் அமர்ந்துகொண்டாள். சத்யா தொண்டையைக் கனைத்துக்கொண்டு, "மனிதர்களால முடியாத காரியம்ன்னு இந்த உலகத்துல ஒண்ணுமே கிடையாது. தன்னம்பிக்கை இருந்தா எதை வேணும்ன்னாலும் சாதிக்கலாம்..."என்று சொல்ல... சொல்ல... அவள் நிமிர்ந்து அமர்ந்தாள். முகத்தில் ஒரு தெளிவு.

"இப்ப தைரியமா இருக்கா?"

"இருக்கு... ஆனா வீட்டுக்கு போனா பயம் வந்துடுமே."

"போட்டி நடக்குற வரைக்கும், தினம் இங்க வாங்க. நான் ஊக்கப்படுத்தி அனுப்புறேன்" என்ற சத்யா, "நீங்க சத்யா படம் பாத்துருக்கீங்களா?" என்றான்.

“ம்...” என்று யோசித்தவள், “கமல், அமலா உதட்டுல சேலையோட சேர்த்து முத்தம் கொடுப்பாரே. அந்தப் படம்தானே. அந்த ஸீன மட்டும் நான் கண்ண மூடிகிட்டே(?) பாத்தேன்” என்றவுடன் நான் சத்யாவை அடிக்க கை நீட்ட... அவன் தள்ளி நின்றுகொண்டான்.

“ம்... உங்களுக்கு சத்யா கமல் பிடிக்குமா?” என்றான் சத்யா தாடியைத் தடவியபடி. மஹா, “ம்ஹ்ம்...பிடிக்காது” என்றவுடன் சத்யா தன் இரண்டு கைகளாலும் தனது தாடி, மீசையை மறைத்தபடி, “நாயகன் கமல் பிடிக்குமா?” என்றான்.

“ம்ஹ்ம்... எனக்கு ‘சூரசம்ஹாரம்’ கமல்தான் பிடிக்கும்.”

மறுநாள் நூலகத்திற்கு வந்த சத்யாவைப் பார்த்து அசந்துபோனேன். சத்யா தாடியை எடுத்துவிட்டு, ‘சூரசம்ஹாரம்’ கமல் போல் முறுக்கு மீசையுடன் வந்திருந்தான். உண்மையைச் சொல்லப்போனால், அந்த மீசையில் சத்யா மிகவும் அழகாக இருந்தான்.

“டேய்... சூப்பரா இருக்கடா...”

“தேங்க் யூ... மஹா இன்னும் வரலையா?” என்றான்.

“டேய்... நிஜமாவே நீ அவள லவ் பண்றியா?”

“பின்ன... குழந்தை மாதிரி என்னா ஒரு இன்னொஸென்ஸ். இந்த மாதிரி கிடைக்கல்லாம் கொடுத்து வச்சிருக்கணும்டா...” என்றபோது காளியும், மஹாவும் வந்தனர். சத்யாவைப் பார்த்து மஹா, “இந்த முறுக்கு மீசை உங்களுக்கு ரொம்ப அழகா இருக்கு” என்றாள். சத்யா புல்லரித்துப்போய், என் கையைப் பிடித்து அழுத்தினான். தொடர்ந்து மஹா, “பயத்துல நேத்து ராத்திரில்லாம் தூக்கமே வரல. மறுபடியும் ஊக்கப்படுத்துங்க” என்றாள்.

சத்யா ஆவேசத்துடன், “யூ கேன் டு. யூ கேன் வின். உன்னால முடியும். உன்னால ஜெயிக்கமுடியும். உன்னால மட்டும்தான் முடியும்” என்றவன் வெறித்தனமாக முகத்தை வைத்துக்கொண்டு அவளை நெருங்கி க்ளோஸ்அப்பில், “கமான்... கமான்... யூ கேன் வின்... யூ ஒன்லி வின்.” என்றான். நூலகர் ஜன்னல் வழியாக, “தம்பிங்களா... இங்க என்ன நடக்குது?” என்றார் மிரட்டலாக.

உடனே சத்யா, “அச்சமில்லை அச்சமில்லை அச்சமென்பதில்லையே...” என்று பாட... நூலகர் பயந்துபோய் ஜன்னலை சாத்திக்கொண்டார். நானும், காளியும் நகர்ந்துபோய் ஒரு சிகரெட்டைப் பற்ற வைத்துக்கொண்டோம். காளி என்னை அன்புடன் பார்த்தபடி, “மகேந்திரா... ஃப்ரீயா இருக்கியா?” என்றான்.

“ஏன்?”

“இன்னைக்கி சிஜ்ஜி கலர் ஸ்கெட்ச்லயே ஒரு லெட்டர் எழுதி அனுப்பியிருக்கு. வித் ட்ராயிங்ஸ். பாக்குறியா?” என்றான். நான் புகையை விட்டபடி, “காளி... புது செருப்புல்லாம் இப்ப என்ன விலை இருக்கும்?” என்று கேட்க.... அமைதியானான். நாங்கள் தம்மடித்துவிட்டு சத்யா அருகில் சென்றோம். அப்போது மஹா சத்யாவிடம், “உங்களுக்குத் தெரியுமா? வானத்துக்கு மேல, இதே மாதிரி இன்னொரு உலகம் இருக்கு. நம்ம ஊரு, இந்த லைப்ரரி, நீங்க, நான்... எல்லாம் அங்கயும் இருப்போம். இப்ப போய் பாத்தா, மேல் உலகத்துலயும் நம்ம இதே மாதிரி பேசிகிட்டிருப்போம்” என்று கூற... எனக்கு வெலவெலத்துப் போய்விட்டது. ஆனால் சத்யா அதை மிகவும் ரசித்தபடி புன்னகையுடன், “அப்படியா? சூப்பர்... சூப்பர்...” என்றான்.

“செத்த பிறகு நம்மல்லாம் அங்கதான் போய் இருப்போம்.”

அதற்கு மேல் நான் பொறுக்கமுடியாமல், “இதே மாதிரி அங்க போய் இருக்கிறதுக்கு, நம்ம சாகாம இங்கயே இருக்கலாமே” என்றேன். சத்யா, “டேய் லூசு... பெரியவங்க பேசிகிட்டிருக்கோம். போடா... மஹா நீங்க சொல்லுங்க. அந்த உலகத்துல நம்ம ராஜா தியேட்டர்ல்லாம் இருக்குமா?” என்று கேட்க... நானும், காளியும் நழுவினோம்.

பொங்கல் விழா வரை ஊக்கப்படுத்துவதற்காக, மஹா தினமும் வந்து சத்யாவை சந்தித்துக்கொண்டிருந்தாள். சத்யா, “உன்னால முடியும். உன்னால மட்டும்தான் முடியும்...” என்று சில நிமிடங்கள் ஊக்கப்படுத்துவான். பிறகு இருவரும் சிரித்தபடி ஏதேதோ பேசிக்கொண்டிருப்பார்கள். ஒரு முறை நான் அருகில் செல்ல... மஹா, “நான் செத்தா எனக்கு சொர்க்கம் கிடைக்குமா? நரகம் கிடைக்குமா?” என்று கேட்டுக்கொண்டிருக்க... நான் ஓடிவந்துவிட்டேன்.

பொங்கல் விழா, கவிதைப்போட்டி தினம். விழா மேடையில், “மகளிர் விடுதலை என்ற தலைப்பில் பத்து நிமிடங்களுக்குள் கவிதை எழுதவேண்டும்” என்று மைக்கில் கூறப்பட... அனைத்துப் பெண்களும் கவிதை எழுத ஆரம்பித்தார்கள். நானும், சத்யாவும், காளியும் பார்வையாளர் வரிசையில் அமர்ந்திருந்தோம். நான் விழாவுக்கு வந்தவர்களை வரவேற்று, குஷ்பு ரசிகர் மன்றத்தினர் ஒட்டியிருந்த போஸ்டரிலிருந்த குஷ்புவைப் பார்த்தபடி அமர்ந்திருந்தேன். சத்யா, “வளையோசை கலகலகலவென...” என்று

முணுமுணுத்தபடி, மஹாவை காதலுடன் பார்த்துக்கொண்டிருந்தான்.

"மாப்ள... ஒரு ஸ்டன்னிங் நியூஸ்..." என்றேன் நான் சத்யாவிடம்.

"என்னடா?"

"கவிதைப் போட்டிக்கு நடுவர் யார் தெரியுமா? கந்தர்வன்தான்" என்று சொல்ல... சத்யா மிரண்டுவிட்டான்.

"நிஜமாவாடா சொல்ற?"

"ஆமாம்... நம்ம புதுக்கோட்டைதானே... இப்ப வந்துடுவாரு" என்ற நான் சத்யாவின் முகத்தில் தெரிந்த பீதியைப் பார்த்து சிரித்துவிட்டேன். சத்யா, "சும்மா சொல்றியா நாயே..." என்று என் மண்டையில் செல்லமாகத் தட்டினான். அப்போது ஒரு சிறுவன் காளியிடம் வந்து, "சித்ராக்கா கொடுக்கச் சொல்லுச்சு" என்று ஒரு காகிதத்தை கொடுத்துவிட்டுச் சென்றான். காளி காகிதத்தைப் பிரிக்க, உள்ளே ரோஜாப்பூவுடன், ஒரு வெங்காய பஜ்ஜி. பஜ்ஜியை எடுத்து எங்களிடம் காட்டிய காளி, "உங்களுக்கு வேணாம்ல்ல?" என்றான். நான், "உயிரேப் போனாலும் வேண்டாம்" என்றேன்.

சத்யா என்னிடம், "கந்தர்வன விடவா, நம்மூரு பொண்ணுங்க கவிதை எழுதிடப்போறாங்க. ஃபர்ஸ்ட் பிரைஸ் மஹாவுக்குதான். அவ பிரைஸ் வாங்கினவுடனே, என் காதல சொல்லிடப்போறேன்" என்றான்.

"ப்ரைஸ் வாங்கலன்னா?"

"வாங்கலன்னாலும் சொல்வேன்."

பத்து நிமிடம் முடிந்தவுடன், பெண்கள் ஒவ்வொருவராக மேடைக்கு வந்து தங்கள் கவிதையைப் படிக்க... நடுவர்கள் காகிதத்தில் மதிப்பெண் போட்டுக்கொண்டார்கள். பெண்கள் கவிதையில் சொன்னதெல்லாம் நடந்தால், அநேகமாக இந்தப் பொங்கலோடு, மகளிரின் அனைத்துத் துன்பங்களும் முடிவுக்கு வருவதற்கான சாத்தியங்கள் பலமாகத் தெரிந்தன.

மைக்கில், "மலர்விழி, லதா... அதுக்கடுத்து மஹா... நீங்கள்லாம் மேடைகிட்ட வந்திடுங்க" என்று கூற... மஹா எழுந்தாள். மேடைக்கு கீழ் நின்ற மஹா சத்யாவை பதட்டத்துடன் பார்த்தாள். சத்யா கட்டைவிரலை உயர்த்திக் காட்டினான். அப்போது மைக்கிற்கு வந்த மலர்விழி, "நாளும் கிழமையும் நலிந்தோர்க்கில்லை..." என்று ஆரம்பிக்க... எனக்கு தூக்கி வாரிப்போட்டது. நான் சத்யாவின் முகத்தைப் பார்த்தேன். அப்போது அவன் முகத்தில் தெரிந்த அதிர்ச்சியை, இன்று வரையிலும் நான் வேறு யார் முகத்திலும்

பார்க்கவில்லை. சத்யா நம்ப முடியாமல் மேடையைப் பார்த்தான். மேடைக்கருகிலிருந்த மஹா சத்யாவை அதிர்ச்சி+வெறுப்பு+கோபத்துடன் பார்த்துக்கொண்டிருந்தாள். தொடர்ந்து மலர்விழி, "ஞாயிற்றுக்கிழமையும் பெண்களுக்கில்லை..." என்று முடிக்க... அந்த இடமே கைத்தட்டலால் அதிர்ந்தது. மேடையிலிருந்து நகர்ந்து வேகமாக சத்யாவின் அருகில் வந்த மஹா, "நீங்க துரோகம் பண்ணிட்டீங்க. அவ என்னை விட அழகா இருக்கான்னு, அவளுக்கும் இந்தக் கவிதையை எழுதிக் கொடுத்திருக்கீங்க" என்றாள் சத்தமாக.

"அய்யோ... நான் கொடுக்கலங்க. எப்படிங்க ஒரே கவிதைய ரெண்டு பேருக்கு கொடுப்பேன்."

"அப்பன்னா அவளுக்கு எப்படி அந்தக் கவிதை தெரிஞ்சுது?" என்றாள் கண் கலங்க. "அது வந்து... அது வந்து..." என்று இழுத்த சத்யா வேறு வழியின்றி, "அது நான் எழுதினதில்லீங்க. கந்தர்வன்னு ஒரு எழுத்தாளர் எழுதினது... அவ எதுலயாச்சும் படிச்சிருப்பா" என்றான். "சீ..." என்று அவனை வெறுப்பாக சில வினாடிகள் உற்று பார்த்த மஹா, தமிழ் சினிமா கதாநாயகிகள் போல், "ஐ ஹேட் யூ... ஐ ஹேட் யூ..." என்று கத்திவிட்டு, ஸ்பீக்கரில் 'மஹா... மஹா...' என்று அழைத்ததைப் பொருட்படுத்தாமல் ஓடிப்போய்விட்டாள்.

இத்தனை வருடங்களுக்குப் பிறகும், குழந்தை போன்ற சுபாவமுடைய மஹா, "ஐ ஹேட் யூ... ஐ ஹேட் யூ..." என்று கத்திக்கொண்டே ஓடியது இன்னும் என் நினைவில் துல்லியமாக இருக்கிறது. மலர்விழிதான் அன்று முதல் பரிசு வாங்கினாள். அதன் பிறகு சத்யா எவ்வளவோ முயன்றும் மஹா அவனை மன்னிக்கவேயில்லை. சத்யா சிறிது காலம் தாடியோடு, "வாழ்வே மாயம்" கமல் போல் திரிந்துவிட்டு, நிஜமாகவே 'அமலா' என்ற பெயருடைய பெண்ணைக் காதலித்து திருமணம் செய்துகொண்டதெல்லாம் தனி கதை. கடந்த ஞாயிற்றுக்கிழமை எனக்கு ஃபோன் செய்திருந்த சத்யா, "ஞாயித்துக்கிழமை வந்தாலே மஹாதான்டா ஞாபகத்துக்கு வரா" என்றான்.

- குமுதம்
15.11.17 & 22.11.17

ஜி.ஆர்.சுரேந்தர்நாத்

8

விலை

அதி வேகமாக வந்த அந்த கார், சாலையின் ஓரமாக நின்றுகொண்டிருந்த அந்த இளைஞனின் மீது மோதி....

வேண்டாம்... முதல் பத்தியிலேயே ஒரு விபத்துடன் ஆரம்பிக்க எனக்கு தயக்கமாக இருக்கிறது. மேலும் இது ஒரு மூன்றாம் தரமான சினிமாவின், நான்காம் தரமான முதல் காட்சியைப் போல் ஒரு செயற்கையான பரபரப்புடன் இருக்கிறது. நான் சற்று நிதானமாக ஆரம்பிக்கலாம் என்று நினைக்கிறேன்.

என் பெயர் வித்யா. நடுத்தர வர்க்க குடும்பத்தில் வளர்ந்தவள். நடுத்தரம் என்றால், ஆங்கிலப் பத்திரிகைகள் குறிப்பிடும், கார் ட்யூ கட்ட சிரமப்படும் நடுத்தர வர்க்கம் அல்ல. மாதக்கடைசியில் நோய்களோ, விருந்தினர்களோ வந்துவிடக்கூடாதென்று கடவுளை வேண்டிக்கொண்டிருக்கும் அசல் நடுத்தர வர்க்கம்.

நான் அழகி என்று நானே கூறிக்கொண்டால் அது தற்பெருமையாகி விடும். எனவே எனக்கு காதல் கடிதம் எழுதியவர்களில், ஏதோ கொஞ்சம் உருப்படியாக எழுதிய அருணின் கடிதத்திலிருந்து சில வார்த்தைகள்: "நிழல் கூட அழகாக இருக்கும் பெண்ணை இப்போதுதான் முதன்முதலாக பார்க்கிறேன். உனது கண்கள்...." வேண்டாம் எனக்கே கூச்சமாக இருக்கிறது. சந்தேகமில்லாமல் நான் அழகி.

பெரிய வசதியில்லையென்றாலும், அப்பா என்னை ஆங்கில மீடியத்தில் படிக்க வைத்தார். தென்னிந்தியா முழுவதும் தனது பிசினஸ் சாம்ராஜ்யத்தை விரித்திருக்கும் ஒரு பெரிய தொழில் நிறுவனத்தின், சென்ட்ரல் கார்ப்பரேட் அலுவலகத்தில் ரிசப்ஷனிஸ்ட்டாகப் பணியில் சேர்ந்தேன்.

வேலைக்கு சேர்ந்த இரண்டாம் நாள், என் முதலாளியின் மூத்த மகன் பரத் என்னைக் கவனித்துவிட்டு, "உன் பெயர் என்ன?" என்று மட்டும் என்னிடம் கேட்டான். அவ்வளவுதான். மறுநாள் தனது குடும்பத்தோடு ஹோண்டா சிட்டி காரில் எங்கள் வீட்டுக்கு வந்து

என்னைப் பெண் கேட்டான். “ஆத்தாடியோவ்...” என்று வாயைத் திறந்த என் அம்மா மீண்டும் மூடுவதற்குள், திருமணம் பேசி முடித்துவிட்டார்கள்.

ராமநாதன் செட்டியார் ஹாலில் கல்யாணம். ஸ்விட்சர்லாந்தில் ஹனிமூன். பத்து நாள் கழித்து வந்தபோது, அந்த வாழ்க்கையின் அபத்தம் எனக்கு உறைத்தது. திடீரென்று உங்களை இங்கிலாந்தின் அரச வாரிசாக அறிவித்து, பக்கிங்ஹாம் அரண்மனையில் உட்கார வைத்தால் எப்படி உணர்வீர்களோ அந்த நிலையில்தான் நான் இருந்தேன்.

அரண்மனை போல் பங்களா. வேலைக்காரர்களின் எண்ணிக்கை மட்டும் 16. நான்கு வாட்ச்மேன்கள். வீட்டிற்குள்ளேயே நீச்சல் குளம். மினி தியேட்டர். ஜிம்... பார்... எக்ஸெட்ரா. எக்ஸெட்ரா... இங்கு வாழ்க்கை முறைகள் வேறாக இருந்தன. எனது மாமியாரும், மாமனாரும் என் கண் முன்பே, “குட்மார்னிங் டார்லிங்...” என்று நெற்றியில் முத்தம் கொடுத்துக்கொண்டார்கள். மாமியார் இந்த வயதில் ஸ்லீவ்லெஸ் நைட்டி அணிந்துகொண்டு, உதடு முழுக்க லிப்ஸ்டிக்குடன், எந்நேரமும் கண்ணாடியைப் பார்த்துக்கொண்டு, என்னைத் தாண்டும்போதெல்லாம், “மை டியர் ஏஞ்சல்...” என்று கட்டிப்பிடித்துக்கொண்டு... உவ்வே...

மாமனார் மாதத்தில் முக்கால் வாசி நாட்கள் வெளிநாட்டு டூரில் இருக்க... எனது கணவன் பரத்தான் இங்கே பிஸினஸைப் பார்த்துக்கொண்டார். அவருக்கு தம்பி ஒருத்தன் இருக்கிறான். ஓவராக செல்லம் கொடுத்து சீரழிக்கப்பட்டவன். வீட்டிற்குள்ளேயே சிகரெட் பிடித்துக்கொண்டு, தினமும் இரவு முழுக்க சுற்றிவிட்டு, குடிபோதையுடன் விடியற்காலையில் வந்திறங்கி... வேலைக்காரியின் 15 வயது மகளை வெறிக்க வெறிக்கப் பார்த்துக்கொண்டு... வளர்த்துவானேன். ஒற்றை வார்த்தையில் கூறினால் பொறுக்கி. அந்த வீட்டில் யாருடனும் என்னால் ஒட்டமுடியவில்லை.

என் மனநிலையைப் புரிந்துகொண்ட பரத் என்னிடம் பேசினார்.

“ஏன் எப்பவும் ஒரு மாதிரி இருக்க?” என்றார் ஃப்ரிட்ஜிலிருந்த விஸ்கியை எடுத்தபடி.

“நான் ஒரு க்ளீன் லோயர் மிடில் க்ளாஸ். திடீர்னு யானை மாலை போட்டு ராஜாவாக்கின மாதிரி ஒரு புது வாழ்க்கை. இங்க எல்லாம் எனக்கு அந்நியமா இருக்கு. அம்மாவும், பிள்ளைங்களும் இங்கிலீஷ் பேசிக்கிறது... எல்லாரும் குடிச்சுட்டு வீட்டுக்கு வர்றது... ஒரு குப்பத்து நோயாளிய கவர்மெண்ட் ஆஸ்பத்திரிலருந்து திடீர்னு அப்போலோ ஹாஸ்பிடலுக்கு ஷிஃப்ட் பண்ணின மாதிரி இருக்கு.”

"நல்லா பேசுற. உன் பேச்சுல ஒரு புத்திசாலித்தனம் தெரியுது. வேண்டாம்மா... சிந்திக்கிற பெண்கள் சந்தோஷமாவே இருக்கமுடியாது. இந்திய கணவர்களுக்கு தேவை அழகான, தலையாட்டி பொம்மைகள்" என்றவனை வெறித்துப் பார்த்தேன்.

விரைவில் அந்த வாழ்க்கைக்குப் பழகி, டிவிடியில் சினிமாக்கள்... புத்தகங்கள்... மிகவும் வெறுமையான தருணத்தில் அருகிலிருக்கும் பிள்ளையார் கோயில்... என்று ஒரு மாதிரியாக செட்டிலான சமயத்தில்தான் அந்த சம்பவம் நிகழ்ந்தது.

அன்றிரவு வேகமாக எங்கள் அறைக் கதவு தட்டப்பட... எழுந்து கதவைத் திறந்தேன். வெளியே பரத்தின் தம்பி சந்தோஷ். கதவைத் திறந்தவுடன் குப்பென்னு நாற்றம். விஸ்கியோ? பிராந்தியோ... அவன் கால்கள் நிற்க முடியாமல் தள்ளாடின. தடுமாறியபடி அறையில் நுழைந்தவன் பரத்திடம், "அண்ணன்... பார்லருந்து கார எடுக்கறப்ப வாட்ச்மேன் கூட சண்டை. கடுப்புல வேணும்னே வேகமா கார ரிவர்ஸ்ல எடுத்தேன். அப்ப வாட்ச்மேன் மேல மோதிட்டு வேகமா வந்துட்டேன். என்னாச்சுன்னு தெரியல. கார் நம்பர இன்னொரு வாட்ச்மேன் நோட் பண்ணிட்டான்... எனக்கு என்ன பண்றதுன்னே..."

"ஈஸி... ஈஸி.... எந்த பார்?"

"ட்ரீம்ஸ்...."

"சரி நீ போய் படு... நான் பாத்துக்கிறேன்."

"என்னங்க பாத்துக்கிறீங்க. ஒருத்தன் மேல வேணும்னே கார ஏத்திட்டு வந்துருக்கான். போலீஸ்ல கம்ப்ளைண்ட் பண்ணி உள்ள தள்ளாம..." என்றேன் பரத்திடம் ஆவேசமாக.

"வித்யா... உன்னோட கருத்த இங்க யாரும் கேக்கல.... நீ உள்ள போ..." என்ற பரத் இன்டர்காமில் காரை ரெடி செய்யச் சொல்லிவிட்டு பேண்ட்டை மாட்டினார்.

மறுநாள் இரவு, என்னைக் கட்டியணைத்த பரத்தை தள்ளிவிட்டு, நேத்து வாட்ச்மேன் அடிபட்டது என்னாச்சுங்க?" என்றேன்.

"ரொம்ப சிம்பிளா முடிஞ்சிடுச்சு. ஹாஸ்பிடல்ல போய் பாத்தேன். ஒண்ணுமில்ல. கால்ல ஃப்ராக்ச்சர். பிளேட் வச்சு ஆபரேஷன் பண்ணுணுமாம். மெடிகல் செலவ நான் பாத்துக்கிறேன்னேன். அதில்லாம நஷ்ட ஈடா ரெண்டு லட்சத்துக்கு உடனே செக் எழுதிக் கொடுத்தேன். அவ்வளவுதான். சைலண்டாயிட்டாங்க. இந்த உலகத்துல எல்லாத்துக்கும் ஒரு விலை இருக்கு வித்யா..."

“பணக்காரங்கன்னா என்ன தப்பு செஞ்சாலும் தப்பிச்சுடலாம் இல்ல?”

“வித்யா... இன்னும் நீ உன் மிடில் க்ளாஸ் மைண்ட் செட்லருந்து வெளிய வரவே இல்ல. இப்ப நீயும் பணக்காரிதான்.” என்று கூறியபோது எனக்கு அருவருப்பாக இருந்தது.

அடுத்து வந்த ஒரு வருடத்திற்குள் சந்தோஷ் குடித்துவிட்டு வண்டி ஓட்டி, சிறு சிறு விபத்துகள். ஒரு முறை போலீஸ் பிடித்தபோது, ஒரே ஒரு போன்காலில் என் கணவர் அவனை மீட்டு வந்தார். நான் கோபமாக பரத்திடம், “தப்பு செய்றவன காப்பாத்திட்டே இருந்தா, அவனுக்கு பயமே இல்லாம போயிடும்ங்க.” என்றேன்.

“அதுக்குன்னு அவன உள்ள தூக்கி போடமுடியுமா? ஏதோ சின்னப்பய... கொஞ்சம் வளந்தான்னா நிதானம் வந்துடும்” என்று கூற நான் அமைதியானேன்.

ஒரு செவ்வாய் கிழமை இரவு. ஒன்பது மணி போல் இருக்கும். நானும், பரத்தும் டிவி பார்த்துக்கொண்டிருந்தோம். திடீரென்று வேகமாக வீட்டுக்குள் ஓடி வந்த சந்தோஷ், பரத்தைப் பார்த்தவுடன் அழுதுவிட்டான். எனக்கு ஆச்சர்யமாக இருந்தது.

“ஏய் சந்தோஷ்... என்னாச்சுடா?” என்று வேகமாக எழுந்தார் பரத்.

“ஒரு பெரிய தப்பு நடந்திருச்சண்ணன்...” என்ற சந்தோஷ் தொடர்ந்து அழுதான்.

“ஏய்... அழாம விஷயத்த சொல்லுடா?”

“பார்ல இன்னக்கி எங்களுக்குள்ள போட்டி. யாரு அதிகமா பீர் சாப்பிடுறான்னு. நான் மொத்தம் அஞ்சு பீரு குடிச்சேன். அதனால பயங்கர போதை. வண்டி ஓட்டிட்டு வர்றப்ப... காவேரி குப்பத்துகிட்ட ஒருத்தன் மேல மோதி... தலைலயே வண்டிய ஏத்திட்டேன். ஆளு ஸ்பாட்லயே அவுட்டுன்னு நினைக்கிறேன். ஜனங்க பாத்துட்டு துரத்துனாங்க. நான் வேகமா கார ஓட்டிக்கிட்டு வந்துட்டேன்.”

“கடவுளே...” என்று நான் கத்தினேன். “ஷட் அப்...” என்று என்னிடம் சீறிய பரத், “உனக்கு வேற வேலையே இல்லையாடா...” என்று சந்தோஷின் கன்னத்தில் வேகமாக அறைந்தான். சந்தோஷ் மௌனமாக நின்றான்.

“ப்ளடி ஷிட்... அப்பா ரூமுக்கு வா...” என்ற பரத் சந்தோஷை அழைத்துக்கொண்டு, தனது தந்தையின் அறையை நோக்கிச்

சென்றான். எனது மாமனாரிடம் விஷயத்தைக் கூற... அவர் சந்தோஷை கன்னாபின்னாவென்று ஆங்கிலத்தில் திட்டினார். மாமியார் மகனுக்காக பரிந்துகொண்டு வந்தார். சில நிமிட ஆலோசனைக்குப் பிறகு யாருக்கோ ஃபோன் செய்தார்கள்.

அரைமணி நேரம் கழித்து வீட்டுக்கு வந்தவர், காவல் துறை உயர் அதிகாரியாக இருக்கவேண்டும். மஃப்டியில் இருந்தாலும் காதோர கட்டிங் காட்டிக்கொடுத்தது. அவர் சந்தோஷிடம், "எப்படி ஆக்ஸிடென்ட்டாச்சு? நிறைய குடிச்சிருந்தியா?" என்றார்.

"ஆமாம் சார்... அதனால ரொம்ப தடுமாற்றமாதான் வண்டி ஓட்டிகிட்டு வந்தேன். காவேரி குப்பம் டர்ன் பண்றப்ப சட்டுன்னு கன்ட்ரோல் போயி, ஓரமாக ரெண்டு பேரு நின்னு பேசிட்டிருந்தாங்க. பாக்க காலேஜ் ஸ்டூடண்ட்ஸ் மாதிரி இருந்தாங்க. கைல ஏதோ புக்கு வச்சு டிஸ்கஸ் பண்ணிட்டிருந்தாங்க. நேரா அவங்க மேல விட்டுட்டேன். ஒருத்தன் மேல வண்டி படல. ஆனா இன்னொருத்தன் மேல மோதி அவன் கீழ விழுந்து, பின் சக்கரம் நேரா அவன் மண்டை மேல ஏறிடுச்சு..."

"உன்னை யாராச்சும் பாத்தாங்களா?"

"பாத்துட்டாங்க சார்... கார ஏத்தினவுடனே ஜன்னல் வழியா திரும்பிப் பாத்தேன். அந்தப் பையன் கூட இருந்தவன், பக்கத்து டீக்கடைல இருந்தவங்கள்லாம் என்னைப் பாத்துட்டு, பின்னாடி கும்பலா துரத்தினாங்க."

"குப்பத்து ஆளுங்க... சும்மா விடமாட்டாங்க. எப்படியும் நம்பர் நோட் பண்ணியிருப்பாங்க. ம்...." என்று யோசித்தவர், மொபைலை எடுத்துக்கொண்டு பால்கனியை நோக்கிச் சென்றார். அங்கு அவர் பேசியது எதுவும் காதில் விழவில்லை.

கால் மணி நேரம் கழித்து உள்ளே வந்தவர், "கேஸ் ரொம்ப சிக்கலாயிடுச்சு. செத்துப் போனவன் பேரு கணேஷ். பத்தொம்போது வயசுதான் ஆவுது. அந்த குப்பத்து ஜனங்க, சாலை மறியல் பண்ணிட்டிருக்காங்களாம். கார் நம்பர கொடுத்து உடனே நடவடிக்கை எடுக்கச் சொல்றாங்களாம். எப்படியும் இன்னும் அரை மணி நேரத்துல போலீஸ் இங்க வந்துடும்."

எனக்கு சந்தோஷமாக இருந்தது.

"டாடி..." என்ற சந்தோஷ் அழ ஆரம்பித்தான்.

"சார்... எதாச்சும் பண்ணுங்க சார்..." என்றார் பரத்..

"என்ன பண்றது?"

"சார்... நீங்க நினைச்சா பண்ணலாம். யாருக்கு, எவ்வளவு பணம் வேணும்னாலும் தரேன்."

"இல்லங்க சார்... ஜனங்க ஆவேசத்துல இருக்காங்க. கார் நம்பர் நோட் பண்ணியிருக்காங்க. அதுக்குப் பிறகு நான் என்ன பண்றது... கட்டாயம் அரெஸ்ட் பண்ணிதான் ஆவணும். எவ்ளோ பெரிய வக்கீல் வச்சாலும், கொறஞ்சது பத்து வருஷம் உள்ள இருக்கவேண்டியிருக்கும்."

"சார்... நீங்க ரொம்ப பயமுறுத்துறீங்க. இந்த தேசத்துல எல்லாத்துக்கும் ஒரு விலை இருக்கு. சொல்லுங்க. இந்த கேஸ ஸ்மூத்தா முடிக்க, உங்களுக்கு எத்தனை லட்சம் வேணும்?"

"சேச்சே... எனக்கு பணம்ல்லாம் வேணாம்?"

"வேற?"

"ஒரு கார்..."

"ஓகே... இப்ப என்ன பண்ணலாம்?"

"கார் நம்பர் தெரிஞ்சிடுச்சு. அட்ரஸ் ஈஸியா கண்டுபிடிச்சிடுவாங்க. அதனால நம்பளாவே சரண்டராயிடுவோம்."

"டாடி..." என்றான் சந்தோஷ் பதட்டத்துடன்.

"அவசரப்படாத தம்பி. சரண்டராவப்போறது நீ இல்ல. இதுக்குன்னு ஆளெல்லாம் இருக்காங்க. நான் ஒரு ஆளு ஏற்பாடு பண்றேன். அவன்தான் கார ஓட்டினதா சொல்லி இன்னைக்கு நைட்டே சரண்டராயிடுவான். அவன ஒரு வாரத்துல பெயில்ல எடுத்துடலாம். அப்புறம் கேஸ் நடத்துறது உங்க செலவு. அவனுக்கு இப்ப ஒரு லட்ச ரூபாய் கொடுக்கணும். லாஸ்ட்டு ரெண்டு மாசமா அவன் உங்கள்ட்ட ட்ரைவரா இருந்ததா சொல்லிடுங்க."

"சார்... செத்துப்போனவனோட ஃப்ரண்டு என்னைப் பாத்திருக்கான்."

"டிரைவர்தான் ஓட்டினான். நீ சும்மா பக்கத்துல உக்காந்திருந்தேன்னு சொல்லிக்கலாம். அதெல்லாம் சரி பண்ணிடலாம். நான் போய் சரண்டராவ ஆள் ஏற்பாடு பண்றேன். அந்தக் கார் சாவியக் கொடுங்க. அதோட போய்தான் சரண்டராவணும்" என்றவர் சாவியை வாங்கிக்கொண்டு கிளம்பினார்.

நான் ஆவேசத்துடன், "குடிபோதைல ஒருத்தன் ஒரு கொலைய பண்ணிட்டு வந்து நிக்கிறான். அவனக் காப்பாத்தினா, நாளைக்கு அவன் நல்லா வருவானாங்க?" என்றேன்.

ஜி.ஆர்.சுரேந்தர்நாத்

“வித்யா.... அதுக்குன்னு அவன் அரெஸ்ட்டாயி, பேப்பர்ல எல்லாம் பேரு வந்தா எவ்வளவு அவமானம்.”

“அங்க ஒரு காலேஜ் ஸ்டூடண்டோட உயிரே போயிருச்சுங்க. அவனுக்கு எவ்வளவு கனவுகள் இருந்திருக்கும். அவனப் பெத்தவங்க மனசு எவ்ளோ துடிச்சிருக்கும்.”

“வித்யா... அது ஒரு விபத்து. அவ்வளவுதான். அவன் விதி முடிஞ்சிடுச்சு. நீ இதுல எல்லாம் தலையிடவேண்டாம்...” என்ற பரத் வேகமாக அறையை விட்டு வெளியே சென்றான்.

மறுநாள் அந்த டிரைவரை கோர்ட்டில் ஆஜர்படுத்த, இறந்துபோன கணேஷின் குப்பத்தைச் சேர்ந்தவர்கள், உண்மையான குற்றவாளியை அரெஸ்ட் செய்யக் கோரி, கவுன்சிலரின் தலைமையில் சாலை மறியலில் ஈடுபட்டனர். காவல்துறையினர் கவுன்சிலரை அழைத்துச் சென்று தனியாகப் பேசினர். கவுன்சிலர் விரைவில் விசாரணை மேற்கொள்வார்கள் என்று மக்களை சமாதானப்படுத்தி அழைத்துச் சென்றுவிட்டார்..

அன்று மாலையே, அந்த கவுன்சிலர் எங்கள் பங்களாவிற்கு அழைத்து வரப்பட்டார். அவருடன் விபத்து நடந்தபோது கணேஷுடனிருந்த அந்தப் பையனும் வந்திருந்தான். பேச்சு வார்த்தை நடந்த அறைக்கு நான் செல்ல... பரத், “நீ இங்க இருக்கவேண்டிய அவசியமில்ல...” என்று என்னை வெளியே அனுப்பி கதவை சாத்தினார். அரை மணி நேரம் கழித்து எனது அறைக்கு வந்த பரத்தின் முகத்தில் மலர்ச்சி.

“நான் சொல்லல வித்யா... எல்லாத்துக்கும் ஒரு விலையிருக்குன்னு. நீ அந்த குதி, குதிச்சியே... கடைசில அவன் ஃப்ரண்டே என்ன சொல்லப்போறான் தெரியுமா? சந்தோஷ் ஜன்னல் வழியா எட்டிப் பாத்தத பாத்தேன். ஆனா அது பின் சீட்டுதான். டிரைவர்தான் வண்டிய ஓட்டினாருன்னு இப்ப போய் போலீஸ்ல சொல்லப்போறான்.”

இதை நான் ஓரளவு எதிர்பார்த்திருந்ததால் அதிகம் அதிர்ச்சி அடையவில்லை.

“நீதி... நியாயம்... எல்லாத்தையும் காந்தி தாத்தாவ எரிச்சபோதே சேத்து எரிச்சாச்சு வித்யா. இப்ப மிச்சம் இருக்கிறது, பணத்துக்காக எதையும் செய்ய துணிஞ்ச ஒரு தலைமுறை.”

மேற்கொண்டு அந்த இடத்தில் இருக்கப் பிடிக்காமல் எழுந்தேன்.

அன்றிரவு எனக்கு தூக்கமே வரவில்லை. எனக்குத் தெரிந்து ஒரு மகத்தான அநியாயம் நடந்துகொண்டிருக்கிறது. தடுக்க வழியின்றி வேடிக்கைப் பார்த்துக்கொண்டிருக்கிறேன். கடவுளே...

மறுநாள் காலை நாளிதழில், இறந்துபோன கணேஷின் நண்பன் காவல்துறையிடம் கொடுத்த பொய்யான வாக்குமூலம் செய்தியாக வெளிவந்திருந்தது. அவ்வளவுதான். எல்லாம் முடிந்தது. பணம் இருந்தால், எந்த ஒரு குற்றத்தையும் செய்துவிட்டு தண்டனை இன்றி தப்பிவிடமுடியுமா?

காலை 10 மணி வரை சாப்பிடக் கூடப் பிடிக்காமல், அறைக்குள்ளேயே முடங்கியிருந்தேன். எல்லாம் நல்லபடியாக முடிந்த சந்தோஷத்தில் மாமனாரும், பரத்தும் அலுவலகம் சென்றிருந்தனர். திடீரென்று தெருவிலிருந்து கும்பலாக யாரோ சத்தம் போடுவது கேட்க... நான் மாடி பால்கனி வழியாக பார்த்தேன். ஏறத்தாழ 70, 80 நபர்கள் கும்பலாக ஒரு லாரியிலிருந்து இறங்கிக்கொண்டிருந்தார்கள். யார் இவர்கள்?

வேகமாக அவர்கள் எங்கள் பங்களாவின் கேட்டை நோக்கி வர... எனக்கு லேசாக புரிந்தது. சட்டென்று உஷாரான வாட்ச்மேன் கேட் கதவை சாத்த முற்பட... அதற்குள் அவர்கள் கேட்டைத் தள்ளிக்கொண்டு உள்ளே நுழைந்தனர். சத்தம் கேட்டு பக்கத்து அறையிலிருந்து சந்தோஷ் பால்கனி வழியே எட்டிப் பார்க்க... "அவன்தான்டா..." என்று ஒருவன் கத்த... எனக்கு முழுமையாக புரிந்துவிட்டது. இறந்து போன பையனின் குப்பத்து ஜனங்கள். டீக்கடையிலிருந்து வேறு சிலரும் தன்னைப் பார்த்ததாக சந்தோஷ் கூறியது நினைவிற்கு வந்தது. இன்றைக்கு காலை செய்தித்தாளை படித்திருப்பார்கள். சந்தோஷைக் காப்பாற்ற சதி நடப்பதை புரிந்துகொண்டு ஆவேசமாக கிளம்பி வந்துவிட்டார்கள்.

வேகமாக கற்கள் பால்கனியை நோக்கி பறந்து வந்தன. பண பலத்தை கண்டு அஞ்சாமல், நியாயம் கோரி வந்த அந்த ஜனங்களின் முகத்தில் இருந்த ஆவேசத்தைக் காண எனக்கு சந்தோஷமாக இருந்தது. வெளியே நிறுத்தியிருந்த மூன்று கார்களையும் அவர்கள் அடித்து நொறுக்கினர். நான் சந்தோஷின் அறைக்குச் சென்றேன். உள்ளே என் மாமியார் போனில் காவல் துறைக்கு விஷயத்தை தெரியப்படுத்திக்கொண்டிருந்தார். கீழே அவர்கள், மூடியிருந்த கதவை தடதடவென்று அடிக்கும் சத்தம் கேட்க... சந்தோஷின் முகம் பீதியில் ஆழ்ந்தது.

"அம்மா... என்னம்மா பண்றது? கதவை உடைச்சுட்டு உள்ள வந்துட்டாங்கன்னா..."

"அதுக்குள்ள போலீஸ் வந்துடும்டா. நாலு தெரு தள்ளிதானே போலீஷ் ஸ்டேசன்."

"அதுக்குள்ள வந்துட்டாங்கன்னா?"

"அவ்வளவு சீக்கிரம் கதவை உடைக்கமுடியாதுடா..."

"வேணாம்மா... நான் பின்பக்கம் வழியா தப்பிச்சு போயிடுறேன்" என்ற சந்தோஷ் வேகமாக படிக்கட்டுகளில் இறங்கினான். நாங்களும் கீழே இறங்கினோம். நான் ஹால் கதவைப் பார்த்தேன். கதவு வேகமாக அதிர்ந்துகொண்டிருந்தது. பத்தடி உயர தேக்கு கதவு. போலீஸ் வருவதற்குள் அவர்களால் உடைக்கமுடியாது.

சந்தோஷிடம் எனது மாமியார், "சப்போஸ் அவங்க பின்பக்கமும் நின்னுட்டிருந்தாங்கன்னா... ரெண்டே நிமிஷம் இருடா... போலீஸ் இப்ப வந்துடும்" என்றவுடனேயே எனக்குள் அந்த யோசனை அரும்ப ஆரம்பித்தது. சட்டத்திலிருந்து இவன் தப்பப்போவது நிச்சயம். குடிபோதையில் ஒரு உயிரைக் கொன்றுவிட்டு, ஒரு சிராய்ப்புக் காயம் கூட இல்லாமல், அவன் சுகமாக வாழப்போவதை அனுமதிக்கலாமா? அந்த ஜனங்கள் மட்டும் உள்ளே வந்துவிட்டால், அவனை நிச்சயமாக கடுமையாக தாக்குவார்கள். அந்த நிமிடங்களில் அவனுக்கு ஏற்படும் பயம்... பீதிதான் அவனுக்கு கிடைக்க இருக்கும் ஒரே தண்டனை. போலீஸ் வந்துவிட்டால், அந்த தண்டனை கூட கிடைக்காது. என்ன செய்வது?

ஒரே வினாடிதான். அதிகம் யோசிக்கவில்லை. ஒரு முடிவுக்கு வந்தேன். நான் செய்யவுள்ள காரியத்தால் எனது திருமண பந்தமே ஒரு முடிவுக்கு வரலாம். பரவாயில்லை. நான் வேகமாக வாசற் கதவை நோக்கி நடந்தேன்.

"ஏய் வித்யா... எங்கப் போற?" என்று என் மாமியார் கத்தினார். நான் ஒன்றும் பதில் சொல்லாமல் கதவை நெருங்கினேன். "அண்ணி...", "வித்யா..." என்று அவர்கள் கத்த... கத்த... கதவின் தாழ்ப்பாளை நோக்கி கையைக் கொண்டு சென்றேன். ஒரு வினாடி திரும்பி சந்தோஷின் பீதி நிரம்பிய முகத்தைப் பார்த்தேன். அதிர்ந்துகொண்டிருந்த கதவின் தாழ்ப்பாளை விடுவித்ததுதான் தெரியும். மக்கள் ஒரு அலை போல உள்ளே நுழைந்தனர்.

எல்லாவற்றிற்கும் ஒரு விலை இருக்கிறது நண்பர்களே.. நாளைக்கு எனக்கு என்ன வேண்டுமானாலும் நடக்கலாம். ஆனால் அந்தக் கதவைத் திறந்த கணத்தில் எனக்கு ஏற்பட்ட பரவசத்தை என் வாழ்நாளில் நான் ஒருபோதும் திரும்பி அடையமாட்டேன்.

- குடும்ப நாவல்
1.10.2017

9

சித்தாரா

சனிக்கிழமை காலை எண்ணெய் தேய்த்து குளித்து விட்டு, கண்கள் ஜிவுஜிவுக்க... ஆப்பத்தில் தேங்காய் பாலை ஊற்றி சாப்பிடும்போது நீங்கள் பாதி சொர்க்கத்தை அடைந்துவிடலாம். பிறகு ஏஸி அறையில் மெத்தையில் படுத்துக்கொண்டு, தேங்காய் பால் எஃபெக்ட்டில் மதமதப்பாக இருக்கும் உடம்பை, எருமைமாடு போல் முறுக்கும்போது நீங்கள் முக்கால் சொர்க்கத்திற்கு சென்றுவிடலாம். அப்போது டிவியில், "எங்கேயோ பார்த்த மயக்கம்..." பாடலில் வெள்ளை நிற சுடிதாரில் நயன்தாரா காட்டும் பலவிதமான முகபாவங்களை பார்க்கும் பாக்கியம் உங்களுக்கு கிடைத்தால், நீங்கள் முழு சொர்க்கத்தில் இருப்பீர்கள்.

இப்போது முழு சொர்க்கத்திலிருக்கும் என் பெயர், சரவணன். வயது: இளமை கன்னாபின்னாவென்று ஊஞ்சலாடும் இருபத்தி மூன்று. பிஇ படித்து முடித்துவிட்டு, வேலை கிடைக்காமல் சும்மா இருக்கிறேன். வேலையில்லாமல் இருப்பது நம் ஊரில் கொஞ்சம் கஷ்டம்தான். ஆனால் ஒரு காதலி இருந்தால் அந்நாட்களை கிளுகிளுப்பாக கடந்துவிடலாம். அட... 'நயன்'தாரா எல்லாம் வேண்டாம். ஒரு சாதா தாரா கிடைத்தால் கூட போதும். ஆனால் எங்கள் வீட்டைச் சுற்றி எட்டு வீதியிலிருக்கும் அனைத்து தாராக்களுக்கும் திருமணமாகிவிட்டது புதிதாக குடி வரும் தாராக்களைப் பார்த்து... அவர்களை காதலிக்கலாமா என்று யோசித்து ஒரு முடிவெடுப்பதற்குள், அந்த தாராக்கள் அர்ஜென்ட்டாக வேறு யாரையாவது காதலித்துவிடுகிறார்கள். அதுக்கெல்லாம் ஜாதகத்துல எழுதியிருக்கணுங்க.

நயன்தாரா பாடல் முடியவும், என் மொபைல் அடிக்கவும் சரியாக இருந்தது. செல்வம் மாமா. ஒரு வங்கியில் உயர் அதிகாரியாக கடந்த ஐந்து ஆண்டுகளாக மதுரையில் இருக்கிறார். மொபைலை ஆன் செய்து, "ஹலோ மாமா..." என்றேன்.

"என்ன சரவணா பண்ணிகிட்டிருக்க?"

"என்னத்த பண்றது? எண்ணெய் தேய்ச்சு குளிச்சுட்டு, தேங்காய் பால் ஆப்பம் சாப்டுட்டு, ஏஸிய போட்டுகிட்டு நயன்தாரா பாட்டுப் பாத்துகிட்டிருக்கேன். என்ன வாழ்க்கையோ போங்க..."

"சூப்பர்ரா.... இதுக்கு மேல என்னடா வாழ்க்கை வேணும்?" என்ற மாமா எப்போதும் என்னிடம் ஒரு நண்பன் போல் ஜாலியாக பேசுவார்.

தொடர்ந்து மாமா, "என் மாமனாருக்கு உடம்பு சீரியஸாகி ஆஸ்பத்திரில சேத்துருக்காங்க. அவரப் பாக்க உங்கத்தை பிள்ளைங்களோட ஊருக்கு போயிருக்கா. நான் லீவு போட்டுட்டு அம்மாவப் பாத்துட்டிருந்தேன். இப்ப திடீர்னு பேங்க்ல ஒரு கான்ப்ரன்ஸ்க்கு மூணு நாள் டெல்லி போகச் சொல்லிட்டாங்க... இங்க அம்மாவப் பாத்துக்க ஆள் இல்ல. இந்த நேரம் பாத்து அம்புஜம் சின்னம்மாவும், கோமளா சின்னம்மாவும் வேற இங்க வந்துருக்காங்க"

"அவங்க எப்ப தஞ்சாவூர்லருந்து அங்க வந்தாங்க?"

"அவங்க வந்து ஒரு வாரமாவுது. சின்னம்மா ரெண்டு பேரும் திண்ணைல படுத்துத் தூங்குறோம்ன்னு சொல்லிட்டு, அப்பப்ப செகண்ட் ஷோ சினிமா போயிடுவாங்கள்ல? அந்த மாதிரி போன வாரம், ரெண்டு பேரும் வீட்டுக்குத் தெரியாம செகண்ட் ஷோ போயிருக்காங்க. அப்படியே தியேட்டர்லயே தூங்கிட்டாங்க போல. தியேட்டர்காரனும் பாக்கல. வீட்டுல ராத்திரி முழுசும் தேடியிருக்காங்க. விடிஞ்சு பைய்ய வந்துருக்காங்க. ரெண்டு பேரு வீட்லயும் பயங்கரமா திட்டியிருக்காங்க. எனக்கு போன் பண்ணி ரெண்டு பேரும் ஒரே அழுகை. அதான் இங்க வந்து கொஞ்ச நாள் இருங்கன்னு அழைச்சுட்டு வந்தேன். இப்ப திடீர்னு டெல்லி போகச் சொல்லிட்டாங்க. நீ வந்து பாத்துக்கிறியா?"

"அய்யோ... மூணு பாட்டிங்கள ஒண்டியாளா சமாளிக்கமுடியாது. நான் வரல மாமா."

"ஒத்தையாளா இல்லடா. அம்மாவால நடக்க... குளிக்கல்லாம் முடியாதுல்ல.... அதனால அம்மாவ பாத்துக்கறதுக்காக நாளைலருந்து ஒரு கல்யாணமாகாத மலையாள நர்ஸ் வர்றா..."

மறுநாள் காலை நான் மதுரையில் இருந்தேன்.

எஸ்.எஸ். காலனியில் இருந்த அந்த பெரிய வீட்டினுள் நான் நுழைந்தபோது, என் மாமா வேட்டி அணிந்துகொண்டு நெற்றியில் பட்டையுடன், செய்திதாளில் இருந்த சினிமா செய்தியை இரண்டு

தஞ்சாவூர் சினிமா பாட்டிகளுக்கும் படித்து காண்பித்துக்கொண்டிருந்தார். என்னை யாரும் கவனிக்கவில்லை. மாமா "நவரச நாயகரின் பெயரைக் கொண்ட நடிகருடன் மூன்றாம் முறையாக ஜோடி சேர்கிறாராம் சிறுத்தை நடிகை..." என்று வாசிக்க... அம்புஜவல்லி பாட்டி, "ஏன் கோமளம்... நவரச நாயக நடிகர்ன்னா நம்ம முத்துராமன் மகன் கார்த்திக்தானே..." என்றார்.

"கார்த்திக்க பத்தி இப்ப ஏன்டி கிசுகிசு போடப்போறாங்க? நவரச நாயக நடிகர்ன்னு போட்டிருந்தாதான் கார்த்திக். நவரச நாயக நடிகரின் பெயரைக் கொண்ட நடிகர்ன்னா கார்த்தி..." என்ற கோமளவல்லி பாட்டியின் நுண்ணறிவைக் கண்டு எனக்கு புல்லரித்துப் போனது.

"யாரு... நம்ம சிவக்குமாரோட ரெண்டாவது மகனா?"

"அவனேதான்..."

"சிறுத்தை நடிகைன்னா தமன்னாதானே..." என்ற அம்புஜம் பாட்டியின் தலையில் ஓங்கித் தட்டிய நான், "இல்ல... தமன்னா பாட்டி..." என்றேன். மாமா சிரிப்புடன், "வாடா... வாடா... சத்தமேயில்லாம வந்து நிக்கிற..." என்றார். இரண்டு பாட்டிகளும் நைட்டியில் இருந்தார்கள்.

"என்ன பாட்டிங்களா... மதுரை வந்தவுடனே ரெண்டு பேரும் நைட்டியா?" என்றேன்.

"ஆமாம்... பங்கஜம் போட்டிருந்தான்னு கேட்டோம். செல்வம் வாங்கிக் கொடுத்தான்."

"பங்கஜம் பாட்டி எங்க?" என்றேன்.

"உள்ள இருக்காங்க. அய்யய்யோ... அம்மாவுக்கு ஜூஸ் போட்டுத் தரணும்..." என்ற மாமா வேகமாக எழுந்தார்.

என்னைப் பார்த்தவுடன் என் அம்மாவைப் பெற்ற பங்கஜவல்லி பாட்டி "வாடா..." என்றபடி என் கன்னத்தைக் கிள்ளி முத்தம் கொடுத்தார். சட்டென்று முகத்தைச் சுளித்தபடி, "சிகரெட் குடிப்பியா?" என்றவர் சத்தமாக, "டேய் செல்வம்... கமலா மகன் சிகரெட்...." என்றவரின் வாயைப் பொத்திய நான், "கொன்டேபுடுவேன்" என்றேன். அவர் சிரித்தபடி மெதுவாக, "அந்த கிழவிங்க எங்க?" என்றார்.

"ஆமாம்... நீங்க பெரிய குமரி..." என்று நான் அவர் கன்னத்தில் குத்தினேன். குழந்தை போல் சிரித்த பாட்டி, "பெத்த தாயக் கவனிக்காம, இந்த செல்வம் பய வெட்டியா உக்காந்து அந்த கிழவிங்களோட சினிமாக் கதை பேசிகிட்டிருக்கான். அவன் ஜூஸ்

போடறானான்னு பாரு...” என்றார். நான் சமையற்கட்டில் நுழைய... மாமா மூன்று மாதுளம் பழங்கள், மூன்று பீட்ரூட்கள், மூன்று கேரட்களை எடுத்துக்கொண்டு தரையில் அமர்ந்தார். “அம்மாவுக்கு நான் சித்திங்கள பாத்துக்கிறது பிடிக்கல” என்றார் மாமா.

“ரெண்டு பேரும் அவங்க சொந்த தங்கச்சிங்கதானே மாமா”

“டேய்... வயசாயிட்டாலே எல்லாரும் குழந்தை மாதிரி ஆயிடுவாங்க. சித்திங்களுக்கு நைட்டி வாங்கித் தரவே கூடாதுன்னு அம்மா ஒரே அடம். இவங்களுக்கு செய்றத எல்லாம் அவங்களுக்கு செய்யக்கூடாதாம். அதனால இந்த ஜூஸக் கூட அம்மாவுக்கு தெரியாமதான் தரணும்..” என்றபடி மாதுளம் பழத் தோலை உரித்துக்கொண்டிருந்த மாமாவை ஆச்சர்யத்துடன் பார்த்தேன்.

தாயை சிறப்பாக பராமரிப்பதற்காக டெல்லியில் ஒரு தேசிய விருது அறிவித்தால், வருடா வருடம் என் மாமாவுக்குதான் அதை கொடுத்தாகவேண்டும். கடந்த எட்டு வருடங்களாக படுக்கையில் இருக்கும் தன் அம்மாவை கொஞ்சம் கூட அலுக்காமல் பார்த்துக்கொள்கிறார். ஆஸ்துமா, ஹார்ட் அட்டாக் என்று பாட்டிக்கு ஆயிரம் உபாதைகள். நான்கைந்து மாதங்களுக்கு ஒரு முறை மருத்துவமனையில் சேர்த்து, ஆயிரக்கணக்கில் செலவு செய்து எப்படியாவது தாயை மீட்டுக்கொண்டு வந்துவிடுவார். தாய் என்று கிடையாது. உறவினர்களில் வயதானவர்கள் யாராக இருந்தாலும், அவ்வப்போது வீட்டிற்கு அழைத்து வந்து நன்கு உபசரித்து அனுப்புவார். இவ்வளவுக்கும் அத்தையும் உதவியாக இருப்பார்.

மாமா மூன்று கிளாஸ்களில் ஜூஸை ஊற்றிவிட்டு, “நான் அம்மாவுக்கு கொடுக்கிறேன். நீ அவங்க ரெண்டு பேருக்கும் அம்மாவுக்குத் தெரியாம கொடு...” என்று ஒரு க்ளாஸ் ஜூஸை எடுத்துக்கொண்டு சென்றார். நான் மற்ற இரண்டு பாட்டிகளையும் கண்களால் ஜாடை காட்டி, அறைக்குள் அழைத்து வந்தேன். நான் ஜூஸை அம்புஜவல்லி பாட்டியிடம் கொடுக்க... “சரவணா... இந்த ஜூஸ தினம் குடிச்சா ஆயுள் கெட்டியாம். செல்வம் சொன்னான்” என்றார்.

“ஆமாம்... நீங்க விஜய் மகனும், அஜித் மகனும் நடிக்க வர்ற வரைக்கும் உயிரோட இருக்கலாம்...” என்றேன்.

காலை பத்து மணிக்கு கிளம்பிய மாமா, செலவுக்கு என் கையில் பணத்தைக் கொடுத்துவிட்டு, “மூணு பேருக்கும் தஞ்சாவூர் நாக்கு. விதம் விதமா ஹோட்டல்ல கேப்பாங்க. வாங்கிக் கொடு...” என்றார். “மாமா... அந்த மலையாள நர்சு...” என்று இழுத்தேன்.

“அலையாத நாயே... இன்னைக்கி காலைலயே வர்றன்னு சொன்னா. ஆளக் காணோம். இந்தா நம்பர். போன் பண்ணிக் கேளு” என்று கூறிவிட்டு மாமா கிளம்பிச் சென்ற அடுத்த நிமிடம், அந்த மலையாள நர்ஸ்க்கு போன் செய்தேன்.

“ஹலோ... மதுரைலருந்து செல்வத்தோட தங்கச்சி பையன் சரவணன் பேசறேன்...”

“ஓ... சார் பறஞ்சு...” என்ற அந்தப் பெண்ணின் குரலில் இருந்த இளமை என் உடம்பில் ஜிர்ரென்று ஏறியது.

“நீங்க இன்னைக்கு வருவீங்கன்னு மாமா சொன்னாங்க...”

“அப்படித்தான் சொல்லியிருந்தேன். இங்க... எங்கம்மா வீட்டுக்கு திருவனந்தபுரம் வந்தேன். இன்னைக்கி நைட்டுதான் டிக்கெட் கிடைச்சுது. நாளைக்கு காலைல வந்துடுவேன்” என்ற அவளுடைய குரலிலிருந்த இனிமை என்னைத் தாக்கியது. ஒவ்வொரு சொல்லையும் ஒரு மாதிரியாக அடித் தொண்டையிலிருந்து அவள் மிருதுவாக உச்சரிப்பதை கேட்கும் போது, புல்லாங்குழல் கலைஞர் ஹரிபிரசாத் சௌராஸியாவும், சித்தார் கலைஞர் அனௌஷ்கா சங்கரும் சேர்ந்து நடத்தும் ஜுகல் பந்தி முன் உட்கார்ந்திருப்பது போல் இருந்தது. அவள் பேசும் சொற்கள், ஒருவேளை அவள் உதடுகளிலிருந்து நழுவி வெளியே வந்து நம் மீது மோதினால், பனிக்கால ரோஜாப்பூக்கள் நம் மீது மோதியது போல் இருக்கும். இப்படி அட் எ செகண்டில், ஆளை அள்ளிக்கொள்ளும் ஒரு வசீகரமான குரலை நான் கேட்டதேயில்லை. லவ் அட் ஃபர்ஸ்ட் சைட் என்பார்களே... அது போல் எனக்கு லவ் அட் பர்ஸ்ட் டாக்.

“தமிழ் நல்லா பேசுறீங்க...” என்றேன்.

“தமிழ்நாட்டுலதானே வேலைல இருக்கேன்.”

“உங்க பேரு?”

“சித்தாரா...”

எப்படியாவது இந்த விக்கெட்டை வீழ்த்தியாகவேண்டும்.

“சித்தாரான்னா காலையில் உதிக்கும் நட்சத்திரம்னு அர்த்தம்” என்று முதல் பந்திலேயே பவுன்ஸரை வீச... எதிர்முனையில் பொண்ணு தடுமாறுவது தெரிந்தது.

“காலைல எப்படி நட்சத்திரம் உதிக்கும்?” என்றாள்.

“நீங்க நாளைக்கு காலைல எங்க வீட்டுக்கு வந்தா, காலைல நட்சத்திரம் உதிச்சுடுச்சுன்னுதானே அர்த்தம்...” என்று அடுத்து ஒரு யார்க்கரை வீச... எதிர்முனையில் சத்தமே இல்லை. ஆனாலும் விக்கெட் வீழ்ந்த மாதிரி தெரியவில்லை.

“உங்க குரல் ரொம்ப இனிமையா இருக்கு. புல்லாங்குழலையும், புல்புல் தாராவையும் மிக்ஸ் பண்ணி ஒரு இன்ஸ்ட்ருமென்ட் செஞ்சா, அதோட இசை உங்க குரல் மாதிரிதாங்க இருக்கும்” என்று அந்த இன்ஸ்விங்கரை வீச... அங்கே மிடில் ஸ்டெம்ப் காலி என்று நினைக்கிறேன். தொடர்ந்து, “கடவுள் இசைக்கு ஒரு மனித உருவம் கொடுத்தார்ன்னா, அது உங்கள மாதிரிதாங்க இருக்கும்” என்றேன்.

“ஹலோ... ரொம்ப ஓவரா ஜொள்ளு விடுறீங்க... உங்களுக்கு இன்னும் கல்யாணமாகலையா?” என்றாள்.

“இன்னும் ஆகல. உங்களுக்கு?” என்றேன். சில வினாடிகள் இடைவெளி விட்டு, “இன்னும் இல்ல...” என்றவள் வெட்கத்துடன் சிரித்தாள்.

மதியச் சாப்பாடு பார்சல் வாங்குவதற்காக, “என்ன சாப்புடுறீங்க?” என்றேன் பாட்டிகளை நோக்கி.

“இன்னைக்கி புதன் கிழமை. கொஞ்சம் கவுச்சி சேத்துக்கலாம்னு பாக்கிறேன். எனக்கு அம்சவள்ளி ஹோட்டல்ல பிரியாணி வாங்கிக்க. அவளுகளுக்கு செரிக்காது. அவங்களுக்கு தயிர்சாதம் வாங்கிக்க” என்றார் பங்கஜம் பாட்டி தன் தங்கைகளை காண்பித்து.

“ஏன் செரிக்காது? எல்லாம் செரிக்கும்” என்றார் அம்புஜவல்லி பாட்டி.

“சரி... இவளுகளுக்கு பிரியாணி மட்டும் வாங்கிக்க. எனக்கு தொட்டுக்குறதுக்கு...” என்று யோசித்த பாட்டி, “கோனார் மெஸ்ல கோலா உருண்டையும், ராஜேஸ்வரி ஹோட்டல்ல வெங்காய குடலும் வாங்கிக்க. இப்பல்லாம் முன்ன மாதிரி சாப்பிட முடியறதுல்ல. ஏதோ பசிக்கு ரெண்டு வாயி...” என்ற பாட்டியை முறைத்தேன்.

“கடை பேரெல்லாம் உங்களுக்கு எப்படித் தெரியும்?”

“செல்வம்தான் வாங்கிட்டு வந்து கொடுப்பான்.”

ஹாலை விட்டு வெளியே வந்த நான் சினிமா பாட்டிகளை வெளியே கூப்பிட்டு மெதுவாக, “உங்களுக்கு என்ன சைட்டிஷ் வேணும்?” என்றேன்.

அம்புஜவல்லி பாட்டி என் காதில் கிசுகிசுப்பாக, “நாங்க என்னத்த பெருசா கேக்கப்போறோம்... அன்னிக்கி செல்வம் குமார் மெஸ்ல நண்டு போன்லெஸ் வறுவல் வாங்கிட்டு வந்தான். அதுவும் தலைக்கறியும் வாங்கிட்டு வந்துடு. உனக்கு தனியா சொல்லிக்க

கோமளா...” என்றார். அதாவது இவற்றில் உனக்கு பங்கு கிடையாது என்று அர்த்தம்.

“எனக்கு ஸ்பெஷலா ஒண்ணும் வேண்டாம்பா. இவளுக்கு வாங்குறதையே எனக்கும் ஒரு செட் வாங்கிடு.. வயித்த நிரப்ப ஏதோ கொஞ்சம் சாப்பிடணும்” என்றார் கோமளா பாட்டி.

எனக்கு தலை சுற்றியது. முதலில் இந்த ஹோட்டல்கள் எல்லாம் எங்கிருக்கிறது என்று மாமாவிடம் கேட்கவேண்டும். மாமாவுக்கு போனை போட்டு, “மாமா... மூணு பேருக்கும், விதம் விதமா வாங்கிப் போட்டு கெடுத்து வச்சிருக்கீங்க. மூணு பேரும் ஆளுக்கொரு ஹோட்டல்லருந்து கேக்குறாங்க மாமா...” என்ற நான் பாட்டிகள் சொன்ன ஹோட்டல்களுக்கு வழி கேட்டுக்கொண்டு, “என்ன மாமா... இப்படி திங்கிறாங்க?” என்றேன்.

“அது ஒண்ணுமில்லடா. மூணு பேருக்கும் வயசாயிடுச்சுல்ல? வயசாகி, மரணம் நெருங்குறப்ப இந்த மாதிரி மரணப் பசி வரும்ன்னு ஒரு டாக்டர் சொன்னாரு...”

“இது மரணப் பசி இல்ல மாமா. நாக்கு ருசி...” என்ற நான் போனை கட் செய்தேன்.

பைக்கில் வெயிலில் அலைந்து... ஒவ்வொரு ஹோட்டலாக விசாரித்து வாங்குவதற்குள் வியர்த்து விறுவிறுத்துவிட்டது. இரண்டு மணி நேரம் கழித்து நான் ஏக கடுப்புடன் வீட்டுக்குள் நுழைந்தபோது, மூன்று பாட்டிகளும் தீவிர விவாதத்தில் இருந்தார்கள். பங்கஜம் பாட்டி, “ஏய்... எனக்குத் தெரியாதா? செல்வம் கைப்புள்ளயா இருக்கிறப்ப பாசமலர் படத்த, நான் ஞானம் டாக்கீஸ்லதான் பாத்தேன்” என்றார்.

“நம்ம ஞானம் டாக்கீஸ்ல பாத்தது பாகப்பிரிவினை. நீ மாத்தி சொல்ற. நம்ம திருக்காட்டுப்பள்ளி மாமா வந்திருந்தப்ப, அவரு கிருஷ்ணா டாக்கீஸ்க்குதான் பாசமலர் பாக்க அழைச்சுட்டுப் போனாரு...” என்று அம்புஜம் பாட்டி கூற... நான் எரிச்சலுடன், “கொஞ்சம் வாய மூடுறிங்களா?” என்று கத்தினேன்.

தஞ்சை சினிமா பாட்டிகளுக்கு வேறு ஐட்டங்கள் வாங்கியது, பங்கஜம் பாட்டிக்கு தெரியக்கூடாது என்பதால் அவர்களைத் தனியாக அறைக்கு அழைத்துச் சென்று உட்கார வைத்தேன். தலைக்கறி இடம் மாறி, பங்கஜம் பாட்டியிடம் மாட்டிக்கொள்ள... அதை கைப்பற்றி... அம்புஜம் பாட்டியிடம் மாறிவிட்ட வெங்காயக் குடலை இங்கே மாற்றி... மூவருக்கும் சாப்பாடு போட்டு முடிப்பதற்குள் எனக்கு அழுகையே வந்துவிட்டது. அனைவரும் சாப்பிட்டு முடித்து ஓய்ந்தவுடன் பாட்டி, “உனக்கு என்னடா வாங்கிட்டு வந்த?” என்றார்.

“ம்... தயிர்சாதம்...”

இரவு. பாட்டிகள், மதியம் சாப்பிட்டதே ஹெவியாக இருப்பதால், கோனார் மெஸ்சில் லைட்டாக கறி தோசையும் ஆறுமுகம் புரோட்டோ கடையில் சுவரொட்டி வறுவலும் மட்டும் போதும் என்று வாங்கி சாப்பிட்டுவிட்டு படுத்துவிட்டார்கள்.

அன்று இரவு என் கனவில் வந்த சித்தாரா பேரழகுடன் இருந்தாள். கனவில், அந்த கேரளா பாணி பழங்கால வீடு முழுவதும் நூற்றுக்கணக்கில் நெய் அகல் விளக்குகள் எரிந்துகொண்டிருந்தன. சித்தாரா சந்தன நிறத்தில் நீண்ட சட்டையும், பாவாடையும் அணிந்தபடி என் நெஞ்சில் சாய்ந்திருந்தாள். இருவருடைய மூச்சுக் காற்றும் உரசிக்கொண்ட வெப்பத்தில் திடீரென்று தீப்பற்றிக்கொண்டால் நான் ஆச்சர்யப்படமாட்டேன். நான் அவள் உதட்டில் கைவைக்க... அவள் நறுக்கென்று என் விரலைக் கடித்தாள்.

நான், "ஆஹா... என்ன சுகம்?" என்றேன்.

"அடப்பாவி... உனக்கு வலிக்கல?" என்றாள் சித்தாரா.

"இல்ல... ஃப்ரிட்ஜ்ல வச்ச ரெண்டு பலாச்சுளைக்கு நடுவுல விரல விட்டு எடுத்த மாதிரி இருந்துச்சு..."

"சீ..." என்று வெட்கத்துடன் சிரித்த சித்தாராவின் முகம் நெய் தீபங்களின் வெளிச்சத்தில் தகதகவென்று மின்னியது. விளக்குகளிலிருந்து வந்த நெய் வாசனையும், அவள் கூந்தலிலிருந்து வந்த மல்லிகைப்பூ வாசனையும் சேர்ந்து என்னை கிறங்கடித்தது.

"சித்தாரா... உன் உதடுகளுக்குள்ள மின்னுற பற்கள பாக்குறப்ப... அப்படியே மவுத் ஆர்கன் மாதிரியே இருக்கு. இதுல ஊதினா இசை வருமா?" என்றபடி நான் சித்தாராவின் உதடுகளை நெருங்கினேன்.

அப்போது, "சரவணா... சரவணா..." என்று பங்கஜம் பாட்டி அழைப்பது போல் இருந்தது. "சரவணா..." என்று மீண்டும் பாட்டியின் குரல் சத்தமாக கேட்க... திடுக்கிட்டு விழித்தேன். கனவு கலைந்த எரிச்சலுடன், "என்ன பாட்டி?" என்றேன். பாட்டி, "லேசா நெஞ்சு வலிக்குதுடா" என்றவுடன் விருட்டென்று எழுந்து அமர்ந்து, "கண்டத சாப்பிடாதீங்கன்னு சொன்னா கேக்குறீங்களா? ஜெலுசலக் குடிங்க..." என்றேன்.

"ரெண்டு தடவை குடிச்சும் சரியாவல. அதான் உன்ன எழுப்பினேன். எனக்கு பயமா இருக்குடா. எதுக்கும் ஆஸ்பத்திரிக்கு போய் ஒரு ஈஸிஜி எடுத்து பாத்துட்டு வந்துடலாமா? ஏற்கனவே ரெண்டு அட்டாக் வந்துருக்கு" என்றவுடன் எனக்கும் பயம் வந்துவிட்டது.

“இந்நேரத்திலயா? ஏன் ரொம்ப பயமா இருக்கா?” என்று கடிகாரத்தைப் பார்த்தேன். மணி மூன்று.

“சேச்சே... நான் ஒண்ணும் சாவுக்கெல்லாம் பயப்படல. உன் கல்யாணத்தப் பாத்துட்டு சாவணும்னு ஆசை. அதுக்குதான். பக்கத்துலதான் ஆஸ்பத்திரி இருக்கு. போன் பண்ணா வண்டி அனுப்புவாங்க. செல்வம் நம்பர் கொடுத்துட்டுப் போயிருக்கான்ல?” என்று கூற... வேறு வழியின்றி, மருத்துவமனைக்கு போன் செய்தேன். அதற்குள் சத்தம் கேட்டு மற்ற இரண்டு பாட்டிகளும் விழித்திருந்தார்கள்.

சைரன் சத்தத்துடன் வீட்டு வாசலில் ஆம்புலன்ஸ் வந்து நின்றது. நான் பங்கஜவல்லி பாட்டியை அழைத்துக் கொண்டு மெள்ள நடக்க ஆரம்பித்தேன். அப்போது அம்புஜம் பாட்டி, “சரவணா... எனக்கும் லேசா நெஞ்சு வலிக்கிற மாதிரி இருக்குடா...” என்றவுடன் எனக்கு மூளை வரை டென்ஷன் ஏறியது.

“அய்யோ... வயசான காலத்துல நாக்க அடக்கிட்டு உக்காராம, இப்ப பயந்து பயந்து என் உயிர எடுங்க” என்று கத்தினேன்.

“எனக்கு பயம்ல்லாம் ஒண்ணுமில்லடா. உன் கல்யாணத்த பாத்துட்டு சாவணும். அவ்வளவுதான். நானும் ஆஸ்பத்திரிக்கு வரட்டுமா?” என்று கேட்க... பங்கஜம் பாட்டி, “அதெல்லாம் ஒண்ணும் வேண்டாம். ஈஸிஜி எடுக்கக் கூட போட்டியா? சின்ன வயசுலருந்தே இவ இப்படித்தான். நான் எங்க போனாலும், நானும் வரேன்ம்பா...” என்றவுடன் அம்புஜவல்லி பாட்டி என்னை பரிதாபமாக பார்த்தார். “சரி வாங்க... ஒரேயடியாப் பாத்துடலாம்” என்று அவரையும் அழைத்துக்கொண்டு நடந்தேன். நான் சில அடிகள் நடந்த பிறகு, “சரவணா...” என்று பின்னாலிருந்து கோமளா பாட்டியின் குரல் கேட்க... திரும்பினேன். கோமளா பாட்டி ஒன்றும் சொல்லாமல், நெஞ்சை மட்டும் தடவியபடி என்னை பார்த்தார். நான் ஒன்றும் பேசாமல் வாங்க என்பது போல் சைகை காட்டிவிட்டு நடந்தேன்.

நான் மூன்று பேருடன் வருவதைப் பார்த்த ஆம்புலன்ஸ் டிரைவர், “என்ன சார்... நர்ஸ் ஒரு ஆளுக்குதான் ஹார்ட் அட்டாக்னு சொன்னாங்க. மூணு பேருக்கும் ஹார்ட் அட்டாக்கா?” என்று அலறினார்.

“யோவ்... நீ வேற ஏன்ய்யா திகில கிளப்புற? ஹார்ட் அட்டாக்ல்லாம் இல்லய்யா. வெறும் நெஞ்சு வலிதான். நீ வண்டிய எடுய்யா” என்று மூவரையும் ஆம்புலன்ஸில் ஏற்றிவிட்டு அமர்ந்தேன். டிரைவர் சைரனை ஒலிக்க விட்டவுடன், எனக்கே மூன்று பேருக்கும் ஹார்ட் அட்டாக்கோ என்று தோன்றிவிட்டது.

மருத்துவமனையில் 3 பாட்டிகளையும் தனித் தனி படுக்கைகளில் படுக்க வைத்து நர்ஸ்கள் ஈஸிஜி எடுத்துக்கொண்டிருந்தனர். நானும், அந்த இளவயது ட்யூட்டி டாக்டர் பையனும் வெளியில் அமர்ந்திருந்தோம். டாக்டர், "இவ்வளவு சின்ன வயசுல, அட் எ டைம்ல மூணு ஹார்ட் அட்டாக் கேஸ அட்டென்ட் பண்ணப் போறேன். இட்ஸ் எ கிரேட் அன்ட் சேலஞ்சிங் அக்கேஷன்" என்று கூற... நான் மனதிற்குள், "டேய்.... அக்கேஷனா? அத்தனையும் உயிருடா... இன்னும் ஈஸிஜியையே பார்க்கல... அதுக்குள்ள ஏன்டா ஹார்ட் அட்டாக்குங்கிற?" என்றேன்.

நர்ஸ் ஈஸிஜியுடன் வெளியே வர... டாக்டர் ஈஸிஜிக்களைப் பார்த்துவிட்டு, "நார்மல்தான்" என்றார் ஏமாற்றத்துடன். "இருந்தாலும் நைட் இங்கயே இருக்கட்டும். வயசானவங்க. திடீர்னு ட்ரபுள் வந்துச்சுன்னா, உங்களுக்குதான் பிராப்ளம். உள்ள வாங்க..." என்றார்.

உள்ளே நுழைந்த டாக்டர், "பாட்டிங்களா... யாருக்கும் ஒண்ணுமில்ல. சும்மா அஜீரணக் கோளாறுதான். ராத்திரி என்னா சாப்டீங்க?" என்றார். "என்னத்த பெருசா சாப்பிட்டோம்? கறி தோசையும், சுவரொட்டி வறுவலும் சாப்பிட்டோம்" என்று பாட்டி கூற... டாக்டரின் விழிகள் உயர்ந்தன.

"எனக்கு உயிருக்கெல்லாம் பயம் இல்ல டாக்டர். இவன் என் மவ வயித்துப் பேரன். இன்னும் கல்யாணமாவல. இவனுக்கு கல்யாணம் முடிஞ்சிடுச்சின்னா, அடுத்த நிமிஷமே போய்ச் சேந்தா கூட பரவால்ல" என்றார். நான் எரிச்சலுடன், "நாளைக்கு காலைலயே கல்யாணம் பண்ணி, அடுத்த நிமிஷமே உங்க அத்தனை பேரையும் அனுப்பி வச்சுடுறேன்..." என்று கூற... பாட்டிகளின் கண்களில் திகில்.

"டாக்டர்... தாகமா இருக்கு. கொஞ்சம் மிராண்டா சாப்பிடலாமா?" என்று பாட்டி கேட்க... "மிரண்டாவா?" என்று அலறிய டாக்டர், "அதெல்லாம் சாப்பிடக்கூடாது. தண்ணி கொடுக்கச் சொல்றேன். அஸிடிட்டிக்கு இன்ஜெக்ஷன் போடுறேன்." என்றார்.

நான் மாமாவுக்கு போன் போட்டு விஷயத்தைச் சொல்ல... "டேய் கம்னாட்டி... என்னத்தடா வாங்கித் தந்து தொலைச்ச?" என்றார். நான் பயங்கர கோபத்துடன், "மாமா... நானே நொந்து போய் இருக்கேன். அது வேணும், இது வேணும்ன்னு நொச்சு பண்ணி வாங்கித் தின்னுட்டு, இப்ப என் உயிர எடுத்துட்டிருக்காங்க" என்றேன்.

"இப்ப அம்மா எப்படிடா இருக்காங்க?" என்ற மாமாவின் குரல் லேசாக தளும்ப... "நல்லாதான் இருக்காங்க. நீங்களே பேசுங்க"

என்று பாட்டியிடம் போனை கொடுத்துவிட்டு டாக்டரிடம், "எப்ப டாக்டர் டிஸ்சார்ஜ் பண்ணுவீங்க?" என்றேன்.

"காலைல எட்டு மணிக்கு போயிடலாம்."

"மாமா லைன்ல இருக்கான். பேசு..." என்று பாட்டி போனை கொடுக்க... மாமா, "டேய்... அம்மா மிராண்டா கேக்குறாங்க. வாங்கித் தந்துடு" என்று கூற... "மாமா..." என்று நான் கத்திய கத்தலில் மாமா போனை வைத்துவிட்டார். அறையை விட்டு வெளியே வந்த நான் மணியைப் பார்த்தேன். ஐந்து. சித்தாரா இந்நேரம் மதுரையை நெருங்கியிருப்பாள்.

சும்மா மெசேஜ் அனுப்பிப் பார்க்கலாம் என்று, "தூங்கிகிட்டிருக்கீங்களா?" என்று மெசேஜ் அனுப்பினேன். ஒரு சில வினாடிகளில், "தூங்கிட்டிருக்கிறவங்களுக்கு தூங்கிகிட்டிருக்கீங்களான்னு மெசேஜ் அனுப்பின முத ஆளு நீங்கதான்" என்று பதில் வந்தது. புன்னகையுடன் அவள் நம்பருக்கு அடித்து, "தூங்கிட்டிருந்தீங்களா?" என்றேன்.

"இல்ல.... குளிச்சுகிட்டிருந்தேன்" என்றாள் அவள் எரிச்சலாக.

"அய்யோ... காலங்காத்தாலயே இப்படி கிளுகிளுப்பா பேசினா நான் என்னத்துக்குங்க ஆவேன்?" என்று நான் கூற... சித்தாரா வெட்கத்துடன் சிரித்தாள்.

"இப்ப நீங்க சிரிச்சீங்களா?"

"ஏன்?"

"என் காதுக்கு பக்கத்துல யாரோ தங்கக்காசுங்கள குலுக்குற மாதிரியே இருக்கு."

"அய்யோ... நிஜமா என் குரல் அவ்வளவு இனிமையா இருக்கா?"

"என்னங்க இப்படி கேக்குறீங்க? குயிலும், மைனாவும் கல்யாணம் பண்ணிகிட்டு ஒரு குழந்தை பெத்தா, அதோட குரல் இப்படித்தாங்க இருக்கும்..."

"அய்யோ.... போதும். எனக்கு நாணமாயிட்டுண்டு" என்றவளின் குரலில் அப்படி ஒரு வெட்கம்.

"ஓ... எந்தொரு நாணம்."

"ஓ... எந்தொரு மலையாளம்" என்றவள், "என்ன இவ்ளோ காலைலயே எழுந்துட்டீங்க..." என்றாள்.

"அது ஏங்க கேக்குறீங்க? ராத்திரி முழுசும் நாய் பொழப்பு. நேர்ல டீடெய்லாச் சொல்றேன். உங்களுக்காகத்தான் இருக்கேன். இல்லன்னா அடுத்த பஸ்ஸ புடிச்சு ஊருக்கு ஓடியே போயிடுவேன். எத்தனை மணிக்கு வீட்டுக்கு வர்றீங்க?" என்றேன்.

"ஷார்ப்பா பத்து மணிக்கு வந்துடுறேன்."

“சீக்கிரம் வாங்கங்க. நேத்திலருந்து இந்த பாட்டிங்க கூட இருந்து, இருந்து எனக்கே எழுபது வயசாயிட்ட மாதிரி இருக்கு. ராத்திரி தூங்கினா ஆன்ட்ரியாவும், அனுஷ்காவும் வந்துட்டிருந்த கனவுல, இப்ப அஞ்சலிதேவியும், தவமணிதேவியும் வராங்க...” என்று கூறிவிட்டு போனை வைத்தேன்.

காலையில் டிஸ்சார்ஜாகி, வீட்டுக்குப் போனவுடன், ஷாம்பு போட்டுக் குளித்து விட்டு ஜரூராக மேக்கப் செய்துகொண்டேன். சைனீஸ் காலர் சட்டையும், லீவிஸ் ஜீன்சும் அணிந்துகொண்டேன். டாக்டரின் ஆலோசனைப்படி சர்க்கரையைத் தொட்டு இட்லி சாப்பிட்டுக்கொண்டிருந்த பாட்டிகளை பார்க்க பாவமாக இருந்தது.

பங்கஜம் பாட்டி, “நாக்குக்கு பிடிக்கவே இல்ல...” என்றார் இட்லியைக் காட்டி.

“அதெப்படி பிடிக்கும்? இப்ப சந்திரன் மெஸ்லருந்து அயிரை மீன் குழம்பு வாங்கிட்டு வந்தா, இட்லி ஜில்லுன்னு இறங்கும்” என்றேன்.

“நீ எங்கடா காலைலயே மாப்ள மாதிரி ட்ரெஸ் பண்ணிகிட்டு நிக்குற...”

“சும்மாதான்....” என்று டிவியைப் போட்டேன்.

பத்து மணிக்கு மேல் காலிங் பெல் அடிக்க... ஆவலோடு பாய்ந்து சென்றேன். கதவைத் திறந்த நான், நர்ஸ் உடையில் இருந்த சித்தாராவைப் பார்த்து அப்படியே உறைந்து போய் நின்றேன்.

அவள் மெல்லிய சிரிப்புடன், “சரவணன்?” என்றாள் தனது இனிமையான குரலில். நான் பதட்டத்துடன் “நீங்க...?” என்று இழுத்தேன். அவள், ”சித்தாரா...” என்று கூற, என் இதயம் ஒரு வினாடி நின்று பின்னர் துடிக்க ஆரம்பித்தது.

“என் கூட போன்ல ரொமான்டிக்கா பேசினது...” என்று இழுத்தேன்.

“நானேதான். முத தடவை போன் பண்றப்பவே, ஓவரா ஜொள்ளு விட்டீங்க. அதான் சும்மா கலாய்க்கலாம்ன்னு பேசினேன்.”

“கல்யாணமாகலன்னு சொன்னீங்க...”

“ஆமாம். எனக்கு கல்யாணமாகலதான். அறுபது வயசுப் பொண்ணு கல்யாணமாவாம இருக்கக்கூடாதா?” என்றாள் தலை முழுவதும் நரைத்திருந்த அந்த அறுபது வயது மலையாள நர்ஸ் சித்தாரா.

- குடும்ப நாவல்

15.5.2017

10

ஆசை முகம் மறந்துபோகுமோ

▼

மரங்கொத்திப் பறவைகள் மரங்களில் 'டொக்... டொக்" என்று கொத்தும் சத்தம், அந்தக் காட்டின் அடர்த்தியான மௌனத்தை கலைத்துக்கொண்டிருந்தது. எங்கோ காட்டாறு ஓடும் சத்தம், பின்னணி இசை போல் இடைவிடாமல் ஒலித்துக்கொண்டிருந்தது. காற்றில் பெயர் தெரியாத ஏதேதோ பூக்களின் வாசம்.

அந்த பெரிய குமுழ் மரத்திற்கு மேலே, வெள்ளிச் சரம் போல் மழை சடசடவென்று பெய்துகொண்டிருக்க.... மரத்தடியில் அவளும், அவனும் மரத்தில் சாய்ந்தபடி நின்றுகொண்டிருந்தனர். அவள் தனது முகத்தில் வழிந்த மழைநீரை, தனது மெல்லிய விரல்களால் வழித்தபடி, மேல் கண்களை உயர்த்தி அவனைப் பார்த்தாள். அப்போது மரத்திலிருந்து நான்கைந்து மஞ்சள் நிறப் பூக்கள், அவளுடைய வெள்ளை நிற சுடிதாரில் விழுந்து ஒரு டிசைன் போல் ஒட்டிக்கொண்டது.

"மழை பிடிக்குமா உனக்கு?" என்றான் அவன்.

"ஏன் கேக்குற?"

"அழகான பொண்ணுங்கன்னா, 'எனக்கு மழைல நனையறது எனக்கு பிடிக்கும். மழை பெய்றப்ப பாட்டு கேட்கப் பிடிக்கும். மயில் மாதிரி ஆட பிடிக்கும். அது... இது'ன்னு சொல்றதுதானே ஃபேஷன்..."

இப்போது அவள் தனது சுடிதாரில் ஒட்டிக்கொண்டிருந்த மஞ்சள் பூவை "ஃபூ..." என்று ஊதிவிட்டு, "எனக்கு மழைய விட, நீ பேசறது ரொம்பப் பிடிச்சிருக்கு" என்று கூற... மைக்கில் "கட்..." என்றேன் நான்.

நான் கட் சொன்னவுடன், குமுழ் மரத்திற்கு மேலே பெய்துகொண்டிருந்த செயற்கை மழை நின்றது. லைட்மேன்கள் லைட்டை அணைத்தார்கள். "உஷ்..." என்று அலுத்துக்கொண்ட கேமிராமேன் வினோத், "ஜோ... என்னாச்சுடா? அந்தப் பொண்ணு அருமையா நடிச்சுகிட்டிருக்கு. ரெண்டாவது டேக்கே எனக்கு

ஓகே. இப்ப எதுக்கு நீ ரீடேக் போய்கிட்டேயிருக்க...” என்றான். வினோத் எனது படத்தின் கேமிராமேன் மட்டுமல்ல. கடந்த பத்தாண்டு கால ரூம்மேட்டும் கூட.

“நல்லா பண்றாடா. ஆனா அவ அந்தப் பூவ ஊதுற விதம் சரியில்ல...”

“நல்லா அழகாதான்டா ஊதுறா...”

“இல்லடா... சைதன்யா இப்படி ஊதமாட்டா...” என்றேன் நான். சட்டென்று அமைதியான வினோத் என்னருகில் வந்து, “ஜோ... உன்னோட சொந்தக் காதல் கதையத்தான் நீ உன்னோட முதல் சினிமாவ எடுக்குற. ஓகே... ஆனா சைதன்யாவோட அதே எக்ஸ்ப்ரஸன்ஸ தர்ப்பனாவும் காட்டணும்ன்னு எதிர்பாக்குறது நியாயமில்ல” என்றான்.

“தெரியும்டா. இருந்தாலும் எதுக்கு கஷ்டப்பட்டு ஆறு மாசம் தேடி, சைதன்யா சாயல்ல இருக்கிற தர்ப்பனாவக் கண்டுபிடிச்சேன். அந்த மேலுதட்டு மச்சம். சிரிக்கிறப்ப தெரியற உடைஞ்ச பல்... கூர்மையான மூக்கு... எல்லாம் அப்படியே சைதன்யாதான்டா. சைதன்யாவோட எக்ஸ்ப்ரஸன்ஸ மட்டும் இவ கொண்டு வந்துட்டா சரியாயிடும்” என்ற நான் தர்ப்பனாவை நோக்கி நடந்தேன். சுற்றியிருந்த அடர்த்தியான மரங்களை சூரியன் ஊடுருவ முயற்சித்து தோற்றுக்கொண்டிருந்தது.

ஆடைக்கு மேல் துண்டைப் போர்த்திக்கொண்டிருந்த தர்ப்பனா, “சார்... மழைல நனைஞ்சு நனைஞ்சு குளிருது... எத்தனை டேக் சார்.... ...” என்று அழகாக சிணுங்கினாள்.

“தர்ப்பனா... நீ நல்லா பண்ற. ஆனா அந்தப் பூவ ஊதறப்ப, முழு வாயையும் குவிச்சுகிட்டு ஊதற. அந்த மாதிரி ஊதக்கூடாது. லேசா உதட்ட கீழ சரிச்சு, மெதுவா ஊதணும்”

“அப்படி ஊதுனா பூ விழமாட்டேங்குது சார்...”

“ட்ரை பண்ணு... விழும். காஃபி சாப்புடுறியா? குளிருக்கு நல்லாருக்கும்.”

“வேண்டாம் சார். டேக் போலாம்.”

அந்த டேக்கில் தர்ப்பனா ஒரு தவறும் செய்யவில்லை. “ஷாட் ஓகே...” என்ற நான் வேகமாக தர்ப்பனாவை நோக்கிச் சென்று, “ஃபன்ட்டாஸ்ட்டிக்... ” என்றேன். “தேங்க் காட்...” என்ற தர்ப்பனா டவலை வாங்கித் தலையைத் துவட்டினாள். அப்போது நான்கைந்து நீர்த்துளிகள் என் முகத்தில் சிதற.... நான் தர்ப்பனாவை உற்றுப் பார்த்தேன். தர்ப்பனா நகர்ந்து, நெல்ரை மரத்திற்கு கீழ் போட்டிருந்த நாற்காலியில் அமர்ந்துகொண்டாள்.

இந்த மலைப்பிரதேசத்தில் முப்பது நாள் ஷெட்யூல். தினமும் ரெண்டு கால்ஷீட். மொத்த படமும் இங்குதான்.

நான் மீண்டும் தர்ப்பனாவைப் பார்த்தேன். தர்ப்பனா, சென்னையிலிருந்து அவளுடன் துணைக்கு வந்திருக்கும் தனது தோழி தீப்தியுடன் பேசிக்கொண்டிருந்தாள். பேசும்போது தர்ப்பனா தனது காதோர முடிகளால் காதை மூடி, பிறகு முடியை மீண்டும் காதுக்குப் பின்னால் தள்ளிவிட்டுக்கொண்டாள். இது சைதன்யாவின் மேனரிஸம். கடந்த ஒரு வாரமாக நான் அதை தர்ப்பனாவிற்கு சொல்லித் தந்து, இப்போது ஷாட் இல்லாதபோதும் அதையே செய்கிறாள். தர்ப்பனா மெள்ள மெள்ள எனது சைதன்யாவாக மாறிக்கொண்டிருந்தாள். அவள் சைதன்யாவாக மாற... மாற... எனக்கு எப்போதும் தர்ப்பனாவைப் பார்த்துக்கொண்டே இருக்கவேண்டும் போலத் தோன்றியது.

இரவு. அந்த ஏரிக்கரைக்கு எதிரேயிருந்த, கெஸ்ட் ஹவுஸ் பால்கனியில் உட்கார்ந்திருந்தேன். ஏரிக்குப் பின்னால் மலை முகடுகள் தெரிய.... ஏரியை பனி ஒரு போர்வை போல் போர்த்திக்கொண்டிருந்தது. ஏரிக்கரையிலிருந்த யூகலிப்டஸ் மரங்களிலிருந்து தைல வாசனை மூக்கைத் துளைத்தது. ஒரு சிகரெட்டை எடுத்து பற்ற வைத்துக்கொண்டு, லேப்டாப்பில் கேமிரா மெமரி கார்டை செருகி, அன்றைய படப்பிடிப்புக் காட்சியைப் பார்த்தேன். மஞ்சள் நிற பூவை "ஃபூ..." என்று ஊதிவிட்டு "எனக்கு மழைய விட, நீ பேசறது ரொம்பப் பிடிச்சிருக்கு" என்று தர்ப்பனா கூற... அருகிலிருந்த க்ளாஸில் ஊற்றியிருந்த பிராந்தியை எடுத்து மடக்கென்று குடித்தேன்.

அப்போது ஸ்வெட்டர், மங்கி கேப்... எல்லாம் அணிந்துகொண்டு, பால்கனிக்கு வந்த வினோத், "ஷ்.... என்னா குளிரு... அதுக்குள்ள ஆரம்பிச்சிட்டியா?" என்று இன்னொரு கிளாஸில் பிராந்தியை ஊற்றினான். மீண்டும் கம்ப்யூட்டரில் அந்தக் காட்சியை ஓடவிட்ட நான், "இதப் பாருடா... இப்படித்தான் சைதன்யா கீழ்க்கண்ணுல பாத்துகிட்டே, கீழ் உதட்டுல ஊதுவா... ஐ ஸீ சைதன்யா இன் தர்ப்பனா..." என்றேன்.

சில வினாடிகள் என்னை உற்றுப் பார்த்த வினோத், "எனக்கு பயமா இருக்குடா. 13 வருஷ போராட்டத்துக்குப் பிறகு கிடைச்சிருக்கிற படம். ஏதாச்சும் சொதப்பிடாத"

"என்ன சொதப்புறேன்?"

"நீ தர்ப்பனாவ பாக்குறப்ப... உன் கண்ணுக்குள்ள யாரோ லைட்டப் போட்ட மாதிரி, ஒரு தனி வெளிச்சம் தெரியுது. வேண்டாம் மாப்ள..."

“சீ… பைத்தியம். தர்ப்பனா 21 வயசுப் பொண்ணு. எனக்கு 35 வயசாவுது.”

“ஆனா உனக்கு இன்னும் கல்யாணமாகல…”

“முட்டாள்…. நோபடி கேன் ரீப்ளேஸ் சைதன்யா. அவளோட நினைவுகள், என்னோட ஒவ்வொரு செல்லுலயும் இருக்கு வினோத். இன்னைக்கி காலைல கூட ஒரு கனவு கண்டேன். நானும், சைதன்யாவும் பழனில எங்க மகளுக்கு மொட்டை போடுற மாதிரி…”

“டேய்… சைதன்யாவுக்கு கல்யாணமாகி எட்டு வருஷமாவுதுடா… நீ இன்னும் உன் கனவுல உங்க பிள்ளைக்கு மொட்டை போட்டுகிட்டிருக்க.”

“வினோத்…. ஒரு காதல் முறியறப்ப, காதலர்கள்தான் பிரியுறாங்க. காதல் அப்படியேதான் இருக்கும்.”

“நீ இன்னும் அவள நினைச்சுகிட்டிருக்க. அவளுக்கு உன் நினைப்பு இருக்குமா?”

“இருக்கும்… இருக்கு. கோயம்புத்தூர்ல என் ஃப்ரண்டு பிரசாத் ஒரு தடவை அவளப் பாத்துருக்கான். அப்ப அரை மணி நேரம் ஏதேதோ பேசிட்டிருந்துட்டு, கடைசில கிளம்பறப்ப என்னைப் பத்தி விசாரிச்சிருக்கா. அப்ப ஒரு செகன்ட் அவ கண்ணு கலங்குச்சுன்னு பிரசாத் சொன்னான். இதைக் கேட்டப்ப எனக்கு மனுஷ்யபுத்திரனோட கவிதை ஒண்ணு ஞாபகம் வந்துச்சு.”

“என்ன கவிதை?”

எங்கிருந்தோ
யாரோ ஒருவரிடமிருந்து
என்ற நான் ஒரு மடக்கு பிராந்தியை விழுங்கிவிட்டு,
யாரோ ஒருவரைப் பற்றி அறிவது போல
என்னைப் பற்றி
ஏதோ ஒன்றை நீ அறிய நேர்கையில்,
கண்ணீரின் ஒரு துளி பளபளப்பை
முகச்சிவப்பின் ஒரு துளி தீச்சுடரை
யாரும் அறியாமல் மறைத்துக்கொள்ள
அப்போது உனக்கு
ஒரே ஒரு வினாடி தனிமை கிட்டுமா?

என்று சொல்லி முடித்தபோது, பனிப்புகை மெல்ல பால்கனியில் நுழைந்து எங்களைத் தழுவிக்கொண்டது. முந்திரிபருப்பை எடுத்து

வாயில் போட்டுக்கொண்ட வினோத், "ஜோ... என்னைப் பொறுத்த வரைக்கும், காதல்ங்கிறது ஒரு குறிப்பிட்ட வயசுல வர்ற ஒரு வயசு காலத்து சலனம். அவ்வளவுதான். உன்னை மாதிரி டைரக்டர்கள், எழுத்தாளர்கள், கவிஞர்கள்தான் அதை ஊதிப் பெருசாக்கி, மறுபடியும், மறுபடியும் ரொமான்டிஸைஸ் பண்ணி... ஒரு சாதாரண காதல காவியமா மாத்த ட்ரை பண்றீங்க."

"வினோத்... நீ இன்னும் லவ் பண்ணல. முதல்ல லவ் பண்ணு" என்றேன்.

"அய்யா... சாமி... ஆள விடு" என்று வினோத் என் காலைத் தொட்டுக் கும்பிட... நான் சத்தமாக சிரித்தேன்.

அந்த ஆரஞ்சு மரத்தடியில் உதிர்ந்திருந்த வெள்ளைப் பூக்கள், முற்றிலும் தரையை மூடியிருந்தன. பூக்களின் மேல் ஆங்காங்கே சிறிய ஆரஞ்சுப் பழங்கள். பூக்களின் மேல் படுத்திருந்த ஹீரோ மதனின் நெஞ்சில் சாய்ந்திருந்தாள் தர்ப்பனா.

நான் "சவுண்ட்.... ஆக்ஷன்" என்றவுடன் தர்ப்பனா, "ஏய்... நீ என்னை ட்ரூவா லவ் பண்றியா?" என்றாள் மதனிடம்.

"அதுல என்ன சந்தேகம்?"

"அப்பன்னா உன் நெஞ்சுல என் பேர பச்சை குத்திக்கிறியா?"

"பச்சை குத்திக்கிறதா? அய்யோ பயங்கரமா வலிக்கும்டி."

"வித்யாவோட லவ்வர்ல்லாம் பச்சை குத்தியிருக்கான். அவ தினம் சொல்லி பீத்திக்குறா. அட்லீஸ்ட் எனக்காக இது கூட செய்யமாட்டியா?" என்று தர்ப்பனா குழந்தை போல் அழகாக கேட்டாள். அப்போது கேமிரா அவளை ஜூம் செய்து, முகத்தை க்ளோஸ் அப்பில் காண்பிக்க... மானிட்டரில் பார்த்துக்கொண்டிருந்த நான் அசந்துபோனேன். அப்படியே சைதன்யா போலவே குழந்தைத்தனமாக பேசுகிறாள்.

தர்ப்பனா, "அப்பன்னா இன்னொண்ணு சிம்ப்பிளா சொல்றேன். ஒரு ஊசிய நெருப்புல காமிச்சு, அந்த ஊசி நுனியால, நெஞ்சுல கிழிச்சு என் பேர எழுதிக்கிறியா?"

"ஆ..." என்று அலறிய மதன், "ஊசியால நெஞ்சுல கிழிச்சுக்கிறதா? ஏன்டி இப்படி வயலன்ட்டாவே யோசிக்கிற... எதாச்சும் ஸாஃப்ட்டா சொல்லேன்."

"ஸாஃப்ட்டான்னா... ம்..." என்று அழகாக கண்களை மூடி யோசித்த தர்ப்பனா, "ம்... இது ஸாஃப்ட்டா இருக்கும். ப்ளேடால உன் கையக் கிழிச்சு ரத்தத்தால என் பேர எழுதிக்கிறியா? என்று

கேட்க, மதன், "கடவுளே... என்னைக் காப்பாத்து" என்று அலறியபடி ஓட.... தர்ப்பனா சிரித்துக்கொண்டே சிறிய ஆரஞ்சுப்பழத்தைத் தூக்கி அவன் மேல் விட்டெறிந்தாள். அப்போது தர்ப்பனா அச்சு அசலாக சைதன்யா போலவே, காதோர முடிகளைப் பின்னால் தள்ளிக்கொண்டு சிரிக்க... அந்த துல்லிய வினாடியில் எனக்குள் ஏதோ மாற்றம் நிகழ்ந்தது. நான் கட் சொல்ல மறந்து, மானிட்டரில் தர்ப்பனாவையே பார்த்துக்கொண்டிருந்தேன். "டேய்... கட் சொல்றா..." என்று வினோத் கூற... சட்டென்று சமாளித்துக்கொண்டு மைக்கில் "கட்..." என்றேன்.

"என்னாச்சுடா?" என்றான் வினோத்.

"அவ சிரிக்கிறப்ப அப்படியே சைதன்யா மாதிரியே இருக்குடா..." என்று கூற... வினோத்தின் முகத்தில் கவலை ரேகைகள் படிவதை என்னால் பார்க்க முடிந்தது.

நாட்கள் நகர... ஒவ்வொரு நாளும் எப்போது படப்பிடிப்பு ஆரம்பமாகும் என்று ஆவலோடு காத்திருக்க ஆரம்பித்தேன். மீசையில் நரைத்திருந்த நான்கைந்து நரை முடிகளில் மை தடவிக்கொள்ள ஆரம்பித்தேன். அன்று என்ன ஆடை உடுத்துவது என்று நீண்ட நேரம் யோசித்தேன். ஷாட் பிரேக்கில், ஹீரோ மதன் தர்ப்பனாவுடன் சிரித்து பேசிக்கொண்டிருந்தால் கோபம் வந்தது. படப்பிடிப்பு முடிந்த பிறகும், லொக்கேஷனில் நீண்ட நேரம் தர்ப்பனாவுடன் பேசிக்கொண்டிருந்தேன். தினம் தினம் பேசினேன்.

"நீ 'The woman next door' ங்கிற ஃப்ரெஞ்சு படம் பாத்துருக்கியா தர்ப்பனா? பியூட்டிஃபுல் லவ் ஸ்டோரி. அதுல Neither with you... Nor without you-ன்னு ஒரு அற்புதமான டயலாக் வரும். தமிழ்ல உன்னோடும் இருக்கமுடியாது. நீயில்லாமலும் இருக்கமுடியாது."

"ஏன் அவங்க ஒண்ணா இருக்கமுடியாது?"

"ஏன்னா காதலர்கள் ரெண்டு பேரும் கல்யாணமானவங்க."

"மை காட்..." என்று புரைக்கேறி சிரித்தது தர்ப்பனா அல்ல... என் சைதன்யா.

கெஸ்ட் ஹவுசை ஒட்டி, ஏராளமான ஊதா நிற ரேடியோ பூக்கள் மலர்ந்திருந்த மலைப் பாதையில் நடந்தபடி, "நீ யாரையாச்சும் காதலிச்சிருக்கியா தர்ப்பனா?" என்றேன்.

"ம்... பத்தாங்கிளாஸ் படிக்கிறப்ப ஒரு பையனுக்கு லவ் லெட்டர் கொடுத்தேன். அவன் சரியான பழம்... அப்படியே அவங்கக்காகிட்ட போய் சொல்லிட்டான். அவ என்னைப் பாத்து, ஒரு வயசுப்பையன

நிம்மதியா ஸ்கூலுக்கு அனுப்புமுடியல. இனிமே நீ என் தம்பிய ஃபாலோ பண்ணின... போலீஸ்ல கம்ப்ளைன்ட் பண்ணிடுவேன்னு மிரட்டுனா..." என்று சொல்லிவிட்டு கண்ணில் நீர் வரச் சிரித்தது... தர்ப்பனா அல்ல. என் சைதன்யா.

இருபது நாள் படப்பிடிப்பு முடிந்தபோது எனக்கு தெளிவாகத் தெரிந்துவிட்டது. நான் தர்ப்பனாவை காதலிக்கிறேன்.

அறைக்கு வெளியே, பெரும் காற்றுடன் பலத்த மழை பெய்துகொண்டிருந்தது. நான்காவது ரவுண்டிலிருந்த நான் க்ளாஸில் பிராந்தியை ஊற்றியபடி, "வினோத்... ஐ லவ் தர்ப்பனா" என்றேன் தடாலடியாக. வினோத்தின் முகத்தில் நான் எதிர்பார்த்த அதிர்ச்சி இல்லை.

"உனக்கு ஓவரா ஏறிடுச்சு. இந்த ரவுண்ட முடிச்சுட்டு படுத்துக்க" என்றான் வினோத்.

"விளையாடாத வினோத்.. நான் சீரியஸா பேசிகிட்டிருக்கேன்."

"அதெல்லாம் ஒத்து வராது ஜோ. உனக்கும், அவளுக்கும் 14 வயசு வித்தியாசம்."

"இருக்கட்டும். 'கலாஷேத்ரா' ருக்மணி தேவி அவங்கள விட 26 வயசு பெரிய அருண்டேலக் காதலிச்சு கல்யாணம் பண்ணிக்கலையா? ஹிந்தி நடிகர் திலீப்குமார், தன்னைவிட 23 வயசு குறைவான சாய்ரா பானுவக் காதலிச்சு கல்யாணம் பண்ணிக்கலையா?"

"சரிடா... தர்ப்பனா உன்னை லவ் பண்ணனுமே... அதுவுமில்லாம உனக்கு வந்துருக்கிறது நிஜமான காதல் இல்ல. சைதன்யா கேரக்டர்ல தர்ப்பனா வர்றதால, அப்படி ஒரு ஃபீலிங். ஷூட்டிங் முடிஞ்சா எல்லாம் சரியாப் போயிடும்."

"போவாது வினோத். பதினெட்டு வருஷத்துக்கு முன்னாடி, சைதன்யாவ காதலிச்சப்ப எப்படி இருந்துச்சோ, அப்படி இருக்குது வினோத். தர்ப்பனாவப் பாத்தாலே அப்படியே காத்துல மிதக்குற மாதிரி இருக்குடா... அவ என்னைப் பாத்து சிரிக்கிறப்பல்லாம், ஒரு மின்னல் என் உள்ளுக்குள்ள போயி வெளிய வருதுடா..." என்று நான் கூற... வினோத் பதில் ஒன்றும் சொல்லவில்லை. "என்னடா ஒண்ணும் சொல்லமாட்டேங்கிற..." என்றேன்.

"நல்லா முத்திடுச்சு."

"எஸ்... இப்ப அவகிட்ட நான் என் காதலச் சொல்லப்போறேன்" என்றபடி எழுந்த என் நடை லேசாக தள்ளாடியது.

"டேய்... இவ்ளோ போதைல போய், ரூம் கதவத் தட்டினா தர்ப்பனா என்னடா நினைப்பா?"

“இன்னைக்கி சொல்லியே ஆகணும். இல்லன்னா மண்டை வெடிச்சு செத்துடுவேன். சொல்றேன்... அவ ஏத்துகிட்டா ஓகே... இல்லன்னா வேண்டாம்” என்றபடி வாசலை நோக்கி நடந்தேன்.

“எதா இருந்தாலும் இப்ப வேணான்டா. காலைல பேசிக்கலாம்.”

“நோ...” என்று நான் கதவைத் திறக்க... மழைச்சாரல் சடசடவென்று என் மேல் அடித்தது. ஏரிக்கரையில் யூகலிப்டஸ் மரங்கள் காற்றில் பேயாட்டம் ஆடிக்கொண்டிருந்தது. மழைச்சாரலில் நனைந்தபடி நான் தர்ப்பனாவின் அறையை நோக்கி நடந்தேன்.

“டேய்... வேண்டாம்டா. எல்லா ரூம்லயும் நம்ம யூனிட் ஆளுங்கதான் இருக்காங்க. யாராச்சும் பாத்துட்டா வம்பு” என்று வினோத் என் தோளைப் பிடிக்க... நான் அவன் கையைத் தட்டிவிட்டு, தர்ப்பனாவின் அறைக் கதவை தட்டினேன். வெளியே காற்றின் விசில் சத்தமும், மழைச்சத்தமும் இணைந்து ஒரு வினோதமான சத்தம் கேட்டது. உள்ளே லைட் எரிந்தது. “யாரு?” என்று தர்ப்பனாவின் குரல் கேட்க... “நான்தான்... ஜோ...” என்றேன் சத்தமாக. சில வினாடிகள் தயக்கத்துக்கு பிறகு கதவு மெதுவாக திறந்தது. தர்ப்பனாதான் கதவைத் திறந்தாள். பின்னால் தர்ப்பனாவின் தோழி தீப்தி நின்றுகொண்டிருந்தாள்.

“என்ன சார்... இந்நேரத்துல...” என்ற தர்ப்பனாவின் கண்களில் மிரட்சி.

“பயப்படாத... எந்த தப்பான நோக்கத்துலயும் நான் இங்க வரல. உன்கிட்ட கொஞ்சம் பேசணும். அவ்வளவுதான். நான் ரூம்க்குள்ள கூட வரல... நீ வெளிய வா. அஞ்சே நிமிஷத்துல பேசிட்டுப் போயிடுறேன்” என்றவுடன் மூக்கைத் தடவியபடி தர்ப்பனா, “சார்... நீங்க ட்ரிங்ஸ் சாப்ட்டுருக்கீங்க. காலைல பேசிக்கலாமே...” என்றாள்.

“ஆமான்டா... காலைல பேசிக்கலாம்” என்று வினோத் கூற... “நீ முதல்ல வாய மூடுறா...” என்று கத்தினேன்.

“சார்... ப்ளீஸ்... கத்தாதீங்க. யாராச்சும் முழிச்சுக்கப் போறாங்க” என்றாள் தர்ப்பனா பதட்டத்துடன்.

“அப்பன்னா நீ வா... அஞ்சே நிமிஷம். ஜஸ்ட் ஃபைவ் மினிட்ஸ்....” என்று கூற... தர்ப்பனா தயக்கத்துடன் வெளியே வந்தாள். அந்த நீண்ட வராந்தாவின் மூலையில், மழைச்சாரல் துளிகள் மெதுவாகத்தான் விழுந்துகொண்டிருந்தன. நான் சில வினாடிகள் ஒன்றும் சொல்லாமல், எதிரே ஏரியில்

விழுந்துகொண்டிருந்த மழையைப் பார்த்துக்கொண்டிருந்தேன். "சொல்லுங்க சார்..." என்ற தர்ப்பனாவின் முகத்தைப் பார்த்தேன்.

"தர்ப்பனா... நீ நடிச்சுட்டிருக்கிறது யாரோட கதை தெரியுமா?" என்றேன்.

"உங்களோட கதை."

"என்னோட கதைதான். ஆனா நிஜமாவே என் வாழ்க்கைல நடந்த கதை. நீ நடிச்சுட்டிருக்கிற ஒவ்வொரு சீனும், ஒவ்வொரு வசனமும் நிஜம். கற்பனை கலக்காத நிஜம்" என்ற என்னை தர்ப்பனா வியப்புடன் பார்த்தாள்.

"இந்த மலையும், மழையும்தான் வேற. ஆனா கதை அதேதான். அப்ப நாங்க ஊட்டில இருந்தோம். காலேஜ் படிச்சுட்டிருந்தப்ப, சைதன்யா எங்க பக்கத்து வீட்டுக்கு குடிவந்தா. ரெண்டு பேரும் லவ் பண்ணோம். நான் படிச்சு முடிச்சவுடனே, சினிமால சேர்றதுக்காக சென்னை வந்துட்டேன். மொத்தம் எட்டு வருஷம் அசிஸ்டென்ட் டைரக்டர். அப்புறம் தனியா படம் பண்ண சான்ஸ் தேடி அலைஞ்சேன். எனக்காக சைதன்யா ரொம்ப நாள் காத்துட்டிருந்தா. அதுக்குள்ள என்னால ஜெயிக்க முடியல. அவங்க வீட்டுல நல்ல வசதி. சினிமாவ விட்டுட்டு எதாச்சும் பிசினஸ் பண்ணுங்க. நாங்க பணம் தர்றோம். கல்யாணம் பண்ணி வைக்கிறோம்ன்னாங்க. நான் ஒத்துக்கல. அப்புறம்..." என்ற நான் கண் கலங்க, "அவளுக்கு கல்யாணமாயிடுச்சு" என்றேன்.

"ஸாரி சார்..." என்ற தர்ப்பனாவின் கண்களில் ஒரு பரிதாப உணர்ச்சி.

"அதுக்கு பிறகு, என் வாழ்க்கைல... எந்த பொண்ணும் கிடையாது. ஆனா இப்ப..." என்ற நான் அவளை உற்று நோக்க... அவள் கண்களில் கேள்வி.

"நீ அவ சாயல்லதான் இருக்க. ஷூட்டிங்ல, அவ பேசின மாதிரியே நீ பேசுற. அவள மாதிரியே சிரிக்குற... உன்னைப் பாக்குற ஒவ்வொரு செகண்டும், மனசுக்குள்ள யாரோ தீ வச்ச மாதிரி இருக்கு. நீதான் அந்த தீய அணைக்கணும். ஐ லவ் யூ... அன்ட் ஐ வான்ட் டு மேரி யூ" என்று கூற... தர்ப்பனாவின் முகத்தில் அதிர்ச்சி.

"என்ன சொல்ற? உனக்கு என்னைப் பிடிச்சிருக்கா?" என்றவுடன் தடுமாறிய தர்ப்பனா, "சார்... என்னை விட உங்களுக்கு பல வயசு அதிகம்..." என்று இழுத்தாள்.

"அதெல்லாம் இருக்கட்டும். என்னை உனக்கு பிடிச்சிருக்கா? இல்லையா?"

“சார்... உங்கள பிடிக்கும். பிடிக்கும்ன்னா எனக்கு விராட் கோலிய பிடிக்கும். சந்தோஷ் நாராயணன் மியூசிக் பிடிக்கும். அந்த மாதிரிதான். தட் இஸ் நாட் லவ்.”

“தர்ப்பனா... அவசரப்படாம மெதுவா யோசிச்சு சொல்லு.”

“சார்... இதுல யோசிக்க ஒண்ணுமில்ல... நான் கம்ப்ளீட்டா வேற ஒரு ஜெனரேஷனச் சேர்ந்தவ. என்னோட எதிர்காலம், உங்க எதிர்காலத்தை விட அதிகம். எனக்கு நீங்க சரிப்படமாட்டீங்க. அதுவுமில்லாம உங்க மேல எனக்கு காதலும் வரல...”

நல்ல போதையிலிருந்த நான் சுற்றுப்புறம் மறந்து, “ஏன்?” என்றேன் சத்தமாக. அப்போது ஒரு அறைக் கதவு திறக்கும் சத்தம் கேட்க... திரும்பிப் பார்த்தேன். என் அசிஸ்டென்ட் டைரக்டர்கள் நின்றிருந்தனர். அடுத்தடுத்து அறைக் கதவுகள் திறக்கும் சத்தம் கேட்டது. நான் அதை பொருட்படுத்தாமல், “ஏன்?” என்று மீண்டும் கத்தினேன்.

“ஏன்னா... ஜஸ்ட் ஐ டோன்ட் லவ் யூ.”

“அதான் ஏன்?” என்று நான் சத்தமாக கேட்க... தர்ப்பனா பதில் ஒன்றும் சொல்லாமல் அழ ஆரம்பித்துவிட்டாள். என்னருகில் வந்த வினோத், “டேய்... எல்லாரும் எந்திரிச்சுட்டாங்கடா...” என்று கூறிய பிறகுதான் கவனித்தேன். படப்பிடிப்புக் குழுவினர் அனைவரும் வெளியே வந்திருந்தனர். சட்டென்று அங்கே ஒரு தீவிரமான அமைதி நிலவ... மழைச்சத்தம் மட்டும் விடாமல் கேட்டுக்கொண்டிருந்தது.

என்னை நோக்கி வந்த ப்ரொடக்ஷன் மேனேஜர். “என்ன சார் இது... நடுராத்திரில பொண்ணுகிட்ட தகராறு. ப்ரொட்யூஸருக்கு விஷயம் தெரிஞ்சுது, மொத்த படத்தையும் நிறுத்திடுவாரு” என்றார்.

“நிறுத்தட்டும்.....” என்று நான் கத்தினேன்.

“டேய்... என்னடா... நிறுத்தறதுக்கா இத்தனை வருஷம் கஷ்டப்பட்டோம். வாடா...” என்று என்னைப் பிடித்து வலுக்கட்டாயமாக அறைக்கு இழுத்துச் சென்றான் வினோத்.

மறுநாள் ஏரிக்கரையில் படப்பிடிப்பு. லொக்கேஷனில் ஒரு இறுக்கமான அமைதி நிலவியது. இன்னும் படப்பிடிப்பு ஆரம்பமாகவில்லை. யூனிட் வேனிலிருந்து வந்த ஜெனரேட்டர் சத்தம், அந்த இடத்தின் அமைதியைக் குலைத்துக்கொண்டிருந்தது. ஜிம்மி ஜிப்பை ஆர்ம் போட்டு, அசெம்பிள் செய்துகொண்டிருந்தனர். மரத்தடியில் மேக்கப் செய்துகொண்டிருந்த தர்ப்பனாவின் முகம் இயந்திரம் போல் இருந்தது. அந்த இடத்தில் நிற்கவே எனக்கு கஷ்டமாக இருந்தது.

ஒரு சிகரெட்டைப் பற்ற வைத்துக்கொண்டு நடக்க ஆரம்பித்தேன். வானம் திடீரென்று மூடிக்கொண்டு, எந்நேரமும் மழை பெய்யலாம் என்று பயமுறுத்திக்கொண்டிருந்தது. ஏரிக்கரை மேட்டில் பனிப்புகை மெள்ள தவழ்ந்துகொண்டிருந்தது. நான் புகையை இழுத்து விட்டபோது, ஒரு சிவப்பு நிற கார் ஏரிக்கரை மேட்டில் வந்து நின்றது. கார்க் கதவைத் திறந்துகொண்டு ஒரு பெண் இறங்க... அடர்த்தியான பனிப்புகைக்கு நடுவே அந்தப் பெண்ணின் உருவம் சரியாக தெரியவில்லை. சில வினாடிகளில் பனிப்புகை மெல்ல விலக... அங்கே நின்றுகொண்டிருந்தது... சைதன்யா... என் சைதன்யா... ஒரே வினாடியில் என் மனதில் ஒரு பெரிய காற்றடித்து, அலையடித்து, மழையடித்து ஓய்ந்தது. இவள் எங்கே இங்கே?

பதட்டத்துடன் நான் ஏரிக்கரை சரிவில் ஏறினேன். சைதன்யா நான் வரும் திசையைக் கவனிக்காமல், யூனிட்டாரையே பார்த்துக்கொண்டிருந்தாள். அப்போது மழை தூற ஆரம்பிக்க, யூனிட்டார் அருகிலிருந்த ஷெட்டை நோக்கி ஓடினர். நான் மேட்டில் ஏறி, அவள் பின்னால் நெருங்கி... அவளை அழைக்க முயற்சித்தபோது தொண்டை அடைத்தது. சமாளித்துக்கொண்டு "சைதன்யா..." என்று அழைக்க... சட்டென்று திரும்பினாள்.

என்னைப் பார்த்தவுடன் சைதன்யாவின் கண்களில் முதலில் ஆச்சர்யம். பிறகு அந்த ஆச்சர்யம் பளபளப்பாக மாறி, அடுத்த வினாடியே அந்த பளபளப்பு கண்ணீராக மாறி விழியோரம் வழிய... "ஜோ..." என்ற சைதன்யாவின் குரல் தழுதழுத்தது. இப்போது தூறல் சற்றே வேகமாக விழ... இருவரும் ஒரு வார்த்தை கூட பேசத் தோன்றாமல் பார்த்துக்கொண்டே நின்றோம். ஆனால் உள்ளுக்குள் ஓராயிரம் வார்த்தைகள் பெரிய எழுத்தில் பேசிக்கொண்டிருந்தன.

சைதன்யாவின் முகத்தில் காலம் இன்னும் ஏராளமான அழகை மிச்சம் வைத்திருந்தது. உடம்பு லேசாக சதை போட்டிருந்தது. அவள் அணிந்திருந்த நீலநிற சுடிதாரின் துப்பட்டா காற்றில் படபடவென்று பறக்க... "நல்லாருக்கியா ஜோ?" என்ற சைதன்யா சட்டென்று திரும்பி கண்களைத் துடைத்துக்கொண்டாள். எனக்கும் கண் கலங்க... சமாளித்துக்கொண்டு, "இங்க எப்படி?" என்றேன்.

"மதுரைல என் ஃப்ரண்டோட தங்கச்சி கல்யாணத்துக்கு வந்திருந்தேன். ஒரு நியூஸ்பேப்பர்ல, இங்க உன்னோட படம் ஷூட்டிங் நடந்துட்டிருக்கிறதப் பத்தி போட்டிருந்தாங்க. உன் ஃபோட்டோ, பேட்டியெல்லாம் பாத்தேன். அதுக்கு பிறகு ஒரு நிமிஷம் கூட கல்யாண வீட்டுல உக்கார முடியல. நல்ல வேளையா,

ஜி.ஆர்.சுரேந்தர்நாத்

நான் மட்டும்தான் தனியா கார்ல மதுரைக்கு வந்திருந்தேன். அதனால கிளம்பி வந்துட்டேன்” என்றாள்.

காரில் டிரைவர் இல்லாததைக் கவனித்து, “கார்ல்லாம் ஓட்டக் கத்துகிட்டியா?” என்றேன். “ம்....” என்ற சைதன்யாவின் முகத்தில் விழுந்த மழைத்துளிகளை அவள் துடைக்கவில்லை.

“தேங்க்ஸ்... இன்னும் என்னை நினைவுல வச்சிருந்து, இவ்ளோ தூரம் என்னைப் பாக்க வந்ததுக்கு” என்றவுடன் சைதன்யாவின் முகம் மாறியது.

“கல்யாணமானா எல்லாம் மறந்து போயிடுமா ஜோ? இங்க ஒவ்வொரு பொண்ணுக்கும் ரெண்டு வாழ்க்கை இருக்கு ஜோ. ஒண்ணு... வெளில சொஸைட்டிக்காக. இன்னொரு வாழ்க்கை உள்ள இருக்கும். அந்த வாழ்க்கைய அவங்க கடைசி வரைக்கும், உள்ளுக்குள்ளயே வாழ்ந்துட்டு செத்துப் போயிடணும்.”

“அந்த உள் வாழ்க்கைல இன்னும் நான் இருக்கனா சைதன்யா?”

“நீதான் இருக்க... நீ மட்டும்தான் இருக்க ஜோ” என்றவளின் குரலிலும், கண்களிலும், காதலில் தோற்றுப்போன அத்தனை பெண்களின் துயரத்தையும் பார்க்கமுடிந்தது.

நான் பேச்சை மாற்ற விரும்பி, “உனக்கு எத்தனை பசங்க?” என்றவுடன் சட்டென்று அவள் முகத்தில் ஒரு மலர்ச்சி. முன்னாள் காதலனை வேதனையுடன் சந்திக்கும்போது கூட, காதலிகளிடம் அவர்களின் குழந்தைகளைப் பற்றி பேச ஆரம்பித்தால் முகம் மலர்ந்துவிடுகிறது.

“ரெண்டு பொண்ணுங்க. பெரியவ இப்ப செகன்ட் ஸ்டாண்டர்ட். அடுத்தவ யுகேஜி...”

“அப்பாம்மால்லாம்...”

“அவங்க யுஎஸ்ல அண்ணன் கூட இருக்காங்க” என்றபோது மழை பெரிதாக வலுக்க ஆரம்பித்தது.

“மழை பெருசாவுது... உள்ள உக்காந்துக்கலாம்...” என்ற சைதன்யா காரின் பின் கதவைத் திறக்க... வேகமாக உள்ளே ஏறினோம். அதற்குள் லேசாக நனைந்திருந்தோம். கார் சீட்டிலிருந்த துண்டை எடுத்து முகத்தைத் துடைத்துக்கொண்ட சைதன்யா, அந்தத்துண்டை என்னிடம் நீட்டியபோது... ஏனோ தெரியவில்லை... சந்தோஷமாக இருந்தது. வெளியே ஏரிக்கு எதிர்ச்சரிவில், தேயிலைத் தோட்டங்கள் மழையில் நனைந்துகொண்டிருந்தன.

கார்க்கண்ணாடியில் மழைநீர், ஒரு மாடர்ன் ஆர்ட் போல் வித்தியாசமான டிசைனில் வழிந்துகொண்டிருந்தது. சில

வினாடிகள் சைதன்யாவை உற்றுப் பார்த்த நான், "என்னை எப்பயாச்சும் நினைச்சுப்பியா சைதன்யா?" என்றேன்.

"ம்ஹ்ம்..." என்று கசப்பாகச் சிரித்த சைதன்யா, "நீ ஒரு ஜிமிக்கி வாங்கித் தந்த தெரியுமா? அததான் இன்னைய வரைக்கும் போட்டுகிட்டிருக்கேன்..." என்றபோதுதான் அவள் காதுகளை கவனித்தேன். நான் முதலில் பணிபுரிந்த டைரக்டருடைய, ரெண்டாவது படத்தின் கதை என்னுடையது. அதற்காக அவர் 25000 ரூபாய் தந்தார். அந்தப் பணத்தில் வாங்கித் தந்த சிவப்புக் கல் ஜிமிக்கியை, இப்போது சைதன்யாவின் காதுகளில் பார்த்தபோது நெகிழ்ச்சியாக இருந்தது.

"இதை இன்னும் பத்திரமா வச்சிருக்கியா?"

"ம்... ரிப்பேர் பண்ணி பண்ணி போட்டுக்குவேன். அது காதுல உரசுறப்பல்லாம் உன் கூடவே இருக்கிற மாதிரி ஒரு ஃபீலிங். அப்புறம் வயலட் கலர்ல ஒரு சுடிதார் வாங்கித் தந்த தெரியுமா? அதை இன்னும் பத்திரமா வச்சிருக்கேன். இப்பக் கொஞ்சம் டைட்டாயிடுச்சு. ஆனாலும் நம்ம காதல சொல்லிகிட்ட, மார்ச் அஞ்சாம் தேதி, அந்த சுடிதாரத்தான் போட்டுக்குவேன். அன்னைக்கி வீட்டுக் கதவு, ஜன்னல எல்லாம் சாத்திட்டு, "ஜோ... ஐ லவ் யூ'ன்னு பைத்தியம் மாதிரி கத்துவேன்" என்றவள் என் கண்களைப் பார்த்து, "ஆமாம்... நான் உனக்கு ஒரு வாட்ச் வாங்கித் தந்தன்ல்ல? அதை பத்திரமா வச்சுருக்கியா?" என்றாள் அவளுக்கே உரிய குழந்தைத்தனத்துடன். நான் ஒன்றும் சொல்லாமல் என் கையில் கட்டியிருந்த அந்த டைமெக்ஸ் வாட்ச்சைக் காட்டினேன்.

"குட் பாய்... நீ மட்டும் இல்லன்னு சொல்லியிருந்தா, உடனே காரக் கிளப்பிட்டு போயிருப்பேன்" என்ற சைதன்யா கொஞ்சம், கொஞ்சமாக தனக்கு திருமணமானதை எல்லாம் மறந்து, நாங்கள் காதலித்துக்கொண்டிருந்த காலத்தில் பேசுவது போலவே பேச ஆரம்பித்திருந்தாள். எப்படி இந்த பெண்களால், அந்தந்த நிமிடங்களில் மட்டும் அப்படி அப்படியே வாழமுடிகிறது?

"கல்யாண மண்டபத்துல நியூஸ்பேப்பர பாத்ததும், சாப்பிடாமக் கூட வந்துட்டேன். பசிக்குது ஜோ. சினிமாக்காரங்க நல்லா சாப்பாடு போடுவீங்களே... சாப்பிட எதாச்சும் கிடைக்குமா?" என்றாள்.

"இப்ப சாப்பாடு ரெடியாயிருக்காது."

"நான் பிஸ்கெட் வச்சிருக்கேன்" என்ற சைதன்யா தன் ஹேண்ட்பேகிலிருந்து Good day பிஸ்கெட் பாக்கெட்டை எடுத்து சாப்பிட ஆரம்பித்தாள். நல்ல பசி போல. ஒரு வார்த்தைக் கூட

பேசாமல், ஒவ்வொரு பிஸ்கெட்டாக எடுத்து அவள் சாப்பிட்டுக்கொண்டேயிருக்க... நான் புன்னகையுடன் அவளைப் பார்த்தேன்.

"ஏன் சிரிக்குற?"

"இல்ல... இத்தனை கிலோமீட்டர் கார போட்டுகிட்டு, Good day பிஸ்கெட் சாப்பிடத்தானே வந்துருக்க... சாப்பிடு."

"கிண்டல் பண்ணாத நாயே... பசிக்குதுடா..." என்று அவள் வெகு இயல்பாக, "நாயே..." "டா..." என்றெல்லாம் அழைக்க... எனக்கு சிலிர்த்துப் போனது. பல ஆண்டுகளுக்கு முந்தைய அந்த காதல் காலத்துக்குள் மீண்டும் சென்றுவிட்டது போல் இருந்தது. பிஸ்கெட்டை சாப்பிட்டு முடித்துவிட்டு, "ம்... அப்புறம்... டிசம்பர் மாசம், சென்னைல வெள்ளம்ன்னு நியூஸ் பாத்தப்ப, உனக்கு எதுவும் ஆகக்கூடாதுன்னு உன் பேர்ல அர்ச்சனை பண்ணினேன்" என்றாள்.

"வெறும் அர்ச்சனைதானா? ஏதாச்சும் தீமிதி, மொட்டைன்னு வேண்டிகிட்டா இன்னும் நல்லாருந்துருக்கும்."

"ம்... வவ்வவ்வே..." என்று சிறுபெண் போல் பழிப்பு காட்டிய சைதன்யாவைப் பார்த்தேன். காதலிகளுக்கு எத்தனை வயதானாலும், தங்கள் காதலனுடன் இருக்கும்போது மீண்டும் அவர்கள் பதினெட்டு வயது பெண்ணாகிவிடுகிறார்கள்.

"ஏய்... நானே பேசிகிட்டிருக்கேன். நீ என்னை எப்பவாச்சும் நினைச்சுப்பியா?"

"ம்... 'உயிரே' பாட்டு கேக்குறப்பல்லாம் உன்னை நினைச்சுக்குவேன்"

"ஆமாம்... அந்த படம்தானே நம்ப ரெண்டு பேரும் ஃபர்ஸ்ட்டு சேர்ந்து பார்த்தது. 1998ல. 'பூங்காற்றிலே உன் சுவாசத்தை' பாட்ட டிவில எப்பப் போட்டாலும் ஓடி வந்து பாப்பேன். அப்ப நீ மனீஷா கொய்ராலா மேல பைத்தியமா இருப்பீல்ல?"

"இப்பவும் 'உயிரே' மனீஷா கொய்ராலான்னா பைத்தியம்தான்" என்றேன் புன்னகைத்தபடி.

"அவங்களுக்கு கேன்சர்ன்னு படிச்சப்ப உன்னதான் நினைச்சுகிட்டேன்" என்றபோது சைதன்யாவின் காதில் ஆடிய ஜிமிக்கிகளை உற்றுப் பார்த்தேன்.

"ஏய்... நீ ஜிமிக்கிய பாக்குறதப் பாத்தா, திருப்பி வாங்கிக்குவ போலருக்கு."

"இல்ல... அந்த ஜிமிக்கிய நான் ஊதி, ஊதி ஆட வச்சு பாப்பேன்ல. அதை நினைச்சுகிட்டேன்" என்றவுடன் சைதன்யாவின்

கண்களில் ஒரு மின்னல். அவள் ஒன்றும் பேசாமல், சற்று நெருங்கி அமர்ந்து தன் காதைக் காண்பித்தாள். நான் வாயில் காற்றைக் குவித்து ஜிமிக்கியை ஊதினேன். அந்த சிவப்புக் கல் ஜிமிக்கி அழகாக ஆட... எங்களை யாரோ 2016-லிருந்து அப்படியே தூக்கி, 1998 டிசம்பர் மாத பனிக்காலையில் போட்டது போல் இருந்தது.

நான் மீண்டும் அவள் ஜிமிக்கியை ஊதியபோது, என் கையில் ஒரு சொட்டு கண்ணீர்த்துளி விழுந்தது. நிமிர்ந்து பார்த்தேன். அவள் கன்னங்களில் கண்ணீர் வழிந்துகொண்டிருந்தது. அவள் கன்னத்தில் என் சுண்டுவிரலை வைத்து, கண்ணீரை என் விரல் நுனியில் ஏந்திக்கொண்டேன். பிறகு அவள் உதட்டருகில் என் சுண்டுவிரலைக் கொண்டு சென்று விரலைச் சுண்ட... கண்ணீர்த் துளி அவள் உதட்டில் தெறிக்க... சைதன்யாவின் முகத்தில் மெல்லிய சோகப் புன்னகை.

"லவ் ஸ்டோரின்னு பேட்டில சொல்லியிருந்த. நம்ம கதையா?" என்றாள்.

"ம்... எய்ட்டி பர்ஸென்ட் நம்ம கதை."

"அப்ப பாதி சம்பளம் எனக்கு தந்தாகணும். இன்னைக்கு நம்ம பாத்ததும் படத்துல வருமா?"

"வராது. க்ளைமாக்ஸ்ல நம்ம கல்யாணம் பண்ணிக்கிற மாதிரி முடிச்சுருக்கேன்."

"கடைசி வரைக்கும் எந்த லவ்வர்ஸையும், எந்த படத்துலயும் பிரிக்காத ஜோ..." என்ற சைதன்யா சட்டென்று ஜன்னல் பக்கம் திரும்பி கண்களைத் துடைத்துக்கொண்டாள்.

வெளியே மழை நிற்க ஆரம்பிக்க... சைதன்யா, "நான் கிளம்புறேன் ஜோ... நைட்டுக்குள்ள நான் ஊர்ல இருக்கணும்" என்றாள். சட்டென்று மனம் பாரமாக, "ம்... இப்ப கிளம்பினாதான் சரியா இருக்கும்" என்றேன்.

"சீக்கிரம் கல்யாணம் பண்ணிக்கோ ஜோ. ஆனா என்னை விட அழகான பொண்ணக் கட்டிகிட்ட... தொலைச்சுடுவேன். கொஞ்சம் சுமாரான பொண்ணாப் பாத்துக் கட்டிக்கோ" என்றவள் கார்க் கதவைத் திறந்து இறங்கினாள். முன் கதவைத் திறந்து டிரைவர் இருக்கையில் அமர்ந்தாள். சாலையில் நின்றுகொண்டிருந்த என் கையைப் பிடித்து அழுத்திய சைதன்யா, "டேக் கேர்... *Bye*..." என்றாள். நான், "*Bye*... பத்திரமா போ..." என்று கூற... கார் மெள்ள நகர்ந்தது.

சிவப்பு பூக்கள் அடர்த்தியாக பூத்திருந்த அந்த குல்மொஹர் மரத்து வளைவில் திரும்புவதற்கு முன்பு, சைதன்யா ஒரு முறை

திரும்பி என்னைப் பார்க்க... அந்த ஒரு காட்சியை மட்டும், அப்படியே வாழ்நாள் முழுவதும் கண்களிலேயே வைத்துக்கொண்டால் எவ்வளவு நன்றாக இருக்கும்?

இப்போது மானிட்டரில் நான் தர்ப்பனாவை பார்த்தபோது, தர்ப்பனா அன்னியமாக தெரிந்தாள். தர்ப்பனாவின் பார்வை, பேச்சு, சிரிப்பு... எல்லாம் நான் அவளிடம் சொல்லி சொல்லி கொண்டு வந்தது. சற்று முன் வந்த சைதன்யாதான் நிஜம். தர்ப்பனா பிம்பம். படப்பிடிப்பு முடிந்தவுடன் தர்ப்பனாவிடம் ஸாரி கேட்கவேண்டும்.

- ஆனந்த விகடன்
14.9.2016

▼